शुभमंगल

भा. द. खेर

मेहता पब्लिशिंग हाऊस

Please contact us at **Mehta Publishing House Pvt. Ltd.**
© +91 020-24476924 / 24460313 / Mob. No. 9545000513
Email : production@mehtapublishinghouse.com
Website : www.mehtapublishinghouse.com

- *या पुस्तकातील लेखकाची मते, घटना, वर्णने ही त्या लेखकाची असून त्याच्याशी प्रकाशक सहमत असतीलच असे नाही.*

SHUBHMANGAL by B. D. KHER

शुभमंगल : भा. द. खेर / कादंबरी

author@mehtapublishinghouse.com

संस्थापक : सुनील मेहता

प्रकाशक : मेहता पब्लिशिंग हाऊस प्रा. लि.
१९४१ सदाशिव पेठ, माडीवाले कॉलनी, पुणे – ३०.

मुद्रक : ट्रिनिटी ॲकॅडमी फॉर कॉर्पोरेट ट्रेनिंग लिमिटेड, पुणे – ४१.

मुखपृष्ठ : चंद्रमोहन कुलकर्णी

प्रकाशनकाल : २५ मार्च, १९९९ / मेहता पब्लिशिंग हाऊस प्रा. लि.ची दुसरी आवृत्ती : सप्टेंबर, २०२२

किंमत : ₹ २२०

P Book ISBN 9789394258877
E Book ISBN 9789394258884
E Books available on : amazonkindle Apple Books Google Play Books

---

एक

सुनंदा ज्या घाईनं स्टेशनमध्ये आली, त्याच घाईनं तिनं गाडीचं दार उघडण्याचा प्रयत्न केला. स्टेशनवर येण्यास तिला आधीच थोडा उशीर झाला होता. आणि समोर दिसेल त्या डब्यात तिनं आपला शिरकाव करायला हवा होता. त्याप्रमाणे समोरच्या डब्याचं दार उघडण्याचा तिनं घाईघाईनं प्रयत्न केला; परंतु त्या डब्याचं दार तिला उघडता येईना. प्रथम तिची अशी कल्पना झाली, की आपण एखाद्या राखीव डब्यासमोर उभे आहोत आणि आतून त्या डब्याला कुलूप आहे. परंतु दुसऱ्याच क्षणी तिला कळून आलं, की आपली कल्पना चुकीची असून, दार न उघडण्याचं कारण निराळंच आहे. त्या दाराला टेकून एक तरुण उभा आहे, ही गोष्ट तिला जेव्हा कळून आली तेव्हा जरा चिडूनच ती म्हणाली, ''अहो, जरा बाजूला व्हा की! मला आत यायचं आहे!''

तो तरुण बाजूला झाला. दार उघडलं गेलं आणि आत जाऊन ती एका जागेवर बसली; इतक्यात गाडीनं लोणावळा स्टेशन सोडलं; त्यामुळे पोचवायला आलेल्या आपल्या मैत्रिणीचा निरोपही धड तिला घेता आला नाही. त्यामुळे तिचं मन खट्टू झालं. ऑफिसमधून शनिवारची रजा घेऊन ती लोणावळ्याला आपल्या मैत्रिणीच्या मामाकडे आली होती. येताना त्या दोघीही बरोबर आल्या होत्या आणि आज सुनंदा एकटीच परत चालली होती. सुनंदेनं आणखी एक दिवस आपला मुक्काम वाढवावा असा तिच्या मैत्रिणीचा आग्रह चालला होता. तो आग्रह करताना शकुंतला म्हणत होती, ''आपण ज्याप्रमाणे बरोबर आलो त्याप्रमाणे बरोबरच परत जाऊ. मी उद्या नक्की तुझ्याबरोबर येते. एका दिवसाकरता तू आमचं म्हणणं मोडावंस, हे काही बरं नाही.''

तो आग्रह मोडताना होणारं दुःख सुनंदेच्या चर्येवर स्पष्ट दिसत होतं. आपले दोन्ही हात शकुंतलेच्या खांद्यावर ठेवीत तिनं म्हटलं होतं, ''खरं म्हणशील तर माझा इथून पायच निघत नाही. तुझ्या मामासारखी आणि मामीसारखी प्रेमळ मंडळी बघितली म्हणजे एकच दिवस काय; पण जन्मभर मला इथं राहावंसं वाटतं. परंतु माझी परिस्थिती तुला माहीत आहे. माणसानं एकदा नोकरी पत्करली म्हणजे

त्याच्यावर त्याची स्वतःचीच मालकी उरत नाही, खरं ना?''

असं म्हणून तिनं हसण्याचा आविर्भाव केला आणि शकुंतलेच्या गालावर टिचकी मारून तिलाही हसायला भाग पाडलं. पण त्या दोघींचं हसण्याचं अवसान फार काळ टिकलं नाही. दुसऱ्याच क्षणी त्या दोघी पुन्हा गंभीर झाल्या.

मध्येच शकुंतलेच्या मामी सुनंदेला उद्देशून म्हणाल्या, ''हे पहा, राहायचं नसलं म्हणजे माणसाला वाटेल त्या सबबी पुढे करता येतात.''

असं म्हणून त्यांनी पुष्टीदाखल शकुंतलेकडे बघितलं. परंतु उलट शकुंतलेनं त्यांच्याकडे अशा काही अभिप्रायानं पाहिलं की जणू काय तिला म्हणायचं होतं, 'तिचं म्हणणं बरोबर आहे. तिच्या परिस्थितीची मला पूर्ण कल्पना आहे. जाऊ दे तिला.'

या साऱ्या गोष्टी आठवून गाडी सुटते वेळी सुनंदा तिला म्हणणार होती, 'शकू, रागावू नकोस हं! हा नोकरीचा झक्कू जर माझ्यामागं नसता तर मी खास राहिले असते.'

परंतु एवढी साधी दोन वाक्येही तिला उच्चारता आली नव्हती. त्यापूर्वीच गाडीनं स्टेशन सोडलं होतं.

गाडीचं दार उघडण्याला जर त्या तरुणाकडून विलंब झाला नसता तर शकुंतलेचा तसा निरोप घेणं तिला शक्य झालं असतं. म्हणजे आपल्या मैत्रिणीचा निरोप सुनंदेला घेता आला नाही या गोष्टीला पर्यायानं तो तरुण जबाबदार होता. तिला त्या तरुणाचा मनस्वी राग आला.

गाडी ऐन वेगात आली होती तरी अजूनही तो तरुण त्याच स्थितीत उभा होता. ही गोष्ट जेव्हा नजरेस आली तेव्हा ती त्याच्यावर अधिकच चिडली. डब्यात बसायला जागा असून त्यानं त्या ठिकाणी उभं राहून प्रवास करावा, या गोष्टीचं तिला आश्चर्य वाटलं. परंतु त्याहीपेक्षा तिला दुसऱ्या एका गोष्टीचं अधिक आश्चर्य वाटलं. प्रथम तिची कल्पना अशी होती, की त्या ठिकाणी उभं राहून बाहेर दिसणारं सृष्टिसौंदर्य तो बघत असेल. कारण तो फेब्रुवारी महिना होता आणि सृष्टीच्या अंगावर अजून अनेक अलंकार विलसत होते. ऐन घाटमाथ्यावरून गाडी धावत असताना दृष्टीसमोर सरकणारा सृष्टिसौंदर्यांचा चलच्चित्रपट बघून कोणाचंही भान हरपलं असतं. तेव्हा तिची साहजिकच कल्पना झाली, की हा तरुण अशा तऱ्हेने उभं राहून सृष्टिसौंदर्याची शोभा बघत असेल. परंतु केवळ त्या शोभेकडेच नव्हे, तर त्याची दृष्टी कोठे लागली आहे हे तिचं तिलाच लक्षात येईना. शून्य अंतःकरणाचा माणूस ज्या तऱ्हेने बघतो त्याप्रमाणे तिला त्याची दृष्टी वाटली; आणि अशी विमनस्क दृष्टी कोणाची असते या विचारानं ती एकदम दचकली!

हा तरुण वेडा तर नसेल?

परंतु तोही विचार तिला मान्य होईना. एवढा सुंदर तरुण वेडा कसा असू शकेल?

आणि यानंतर ती आपल्या मनाशीच हसली ती अशा विचारानं, की सौंदर्य आणि वेडेपणा यांचा संबंध काय? सुंदर माणूस वेडं असायला काय हरकत आहे?

पण तिला तोही सिद्धान्त पटेना. एखाद्या तिऱ्हाईत माणसाला उगीचच्या उगीच वेडा ठरवायचा आपल्याला काय अधिकार आहे, असं म्हणून ती गप्प बसली.

ती गप्प बसली तरी त्या तरुणाबद्दलचा राग तिच्या मनातून काही केल्या जाईना. स्वातंत्र्य येऊन एवढा दीर्घ काल लोटला; पण आमच्या लोकांना अजून कसं वागावं ते कळतं नाही! दारात उभं राहून प्रवास करण्याची ही कोणती रीत? त्याच्या अशा वागण्यामुळे आपल्याला आपल्या मैत्रिणीचा निरोप घेता आला नाही या दुःखाची त्याला कल्पना तरी आहे का? असले विचार बराच वेळ तिच्या मनात एकसारखे येत होते : आणि त्याबरोबर त्या तरुणाबद्दल तिचा राग एकसारखा वाढत होता.

परंतु नंतर तिला कळून आलं की, त्या तरुणावर रागावण्यात काहीच अर्थ नाही. आपल्या रागाचं खरं कारण अगदी वेगळं आहे.

आणि ते कारण जेव्हा तिला कळून आलं तेव्हा त्या तरुणाऐवजी ती स्वतःवरच चिडली.

खरं म्हणजे लोणावळ्याहून आज तिचा पाय निघत नव्हता. तिला आणखी त्या ठिकाणी राहण्याची इच्छा होती. परंतु तिच्या इच्छेवर आता तिचा ताबा राहिला नव्हता. तिनं मुंबईच्या प्रमुख पोस्टऑफिसमध्ये नोकरी पत्करली होती; आणि रजेचे नियम मोडणं तिच्या इच्छेबाहेरचं काम होतं.

तिला आता जो खरा राग आला होता तो त्या नोकरीचा आणि त्याहीपेक्षा ज्या नोकरीच्या शुक्लकाष्टात तिनं आपल्याला गोवून घेतलं होतं त्या स्वतःचा! त्याच वेळी केवळ हौस म्हणून नोकरी पत्करणं आणि अपरिहार्य म्हणून नोकरीचं जोखड आपल्या मानेवर घेणं, या दोन गोष्टींमधील फरकही तिला जाणवू लागला.

तिनं केवळ हौस म्हणून नोकरी पत्करली नव्हती, तर ती पत्करणं तिला भाग पडलं होतं. या गोष्टीला अर्थात ती स्वतःच जबाबदार होती. तिनं आपलं घर सोडलं तेव्हाच तिला हे ठरवणं भाग होतं, की आता यापुढे आपण आपल्या पायावर उभं राहिलं पाहिजे. आणि त्यासाठी कोणत्याही प्रकारची कुरकुर न करता नोकरी पत्करली पाहिजे.

या दोहोंपैकी एक गोष्ट तिनं केली होती. तिनं नोकरी पत्करली होती; परंतु तिची कुरकुर मात्र मुळीच थांबली नव्हती.

आपलं घर सोडून बाहेर पडल्यानंतर नोकरी मिळविण्यासाठी तिनं आटोकाट प्रयत्न केले; आणि जेव्हा तिला नोकरी मिळाली, तेव्हा तिला परमावधीचा आनंद झाला. आपण आता दुसऱ्या कुणावर अवलंबून नसून आपण स्वतंत्र झालो आहोत, या गोष्टीनं तिला अस्मान ठेंगणं वाटलं. परंतु नंतर काही दिवस गेल्यावर तिच्या अंतःकरणात एक प्रकारचं सूक्ष्म असमाधान निर्माण होऊ लागलं. आपण आई-वडिलांवर रागावून आपलं घर सोडलं ही गोष्ट बरी केली की वाईट केली, या गोष्टीचा निर्णय तिचा तिलाच करता येईना. ज्या धास्तीला कोणत्याही प्रकारचं स्वरूप नाही, अशी धास्ती तिच्या मनात उत्पन्न झाली; आणि पुढे पुढे तर आपण करीत असलेली गोष्ट खचित चांगली नाही, असाच ग्रह तिच्या मनात स्थिर होऊ लागला; आणि त्यातूनच स्वतःबद्दलची चीड निर्माण झाली.

आजही असंच झालं.

तो तरुण गाडीच्या दारात उभा असल्यामुळे तिला गाडीचं दार लवकर उघडता आलं नाही व त्यामुळे तिला आपल्या मैत्रिणीचा निरोप घेता आला नाही. या साध्या गोष्टीमुळे ती त्या तरुणावर चिडली खरी. परंतु त्या तिच्या चिडण्याचं स्वरूप याप्रमाणे अगदी निराळं होतं.

ती स्वतःबद्दल जेव्हा जेव्हा विचार करीत असे तेव्हा तेव्हा रागाशिवाय तिच्या अंतःकरणात दुसरी कोणतीच भावना निर्माण होत नसे. अशा वेळी ती आपलं मन दुसरीकडे गुंतवून घेई. आताही तिनं तसंच केलं. ती त्या तरुणाकडे स्थिर नजरेनं बघू लागली.

तो तरुण सुंदर होता ही गोष्ट मघाशीच तिच्या लक्षात आली होती. परंतु काहीशा काळजीमुळे काळवंडावा तसा त्याचा चेहेरा थोडासा काळवंडला होता. तो या वेळी तिच्या ध्यानात आला. गाडीनं उजव्या बाजूला वळण घेतलं होतं; आणि त्यामुळे डाव्या बाजूची मोठी टेकडी अगदी नजीक आल्यासारखी वाटत होती. सूर्य पश्चिमेकडे झुकला होता आणि वृक्षांच्या सावल्या पूर्वेकडे लांबवर पसरल्या होत्या. त्या सावल्यांपासून सूर्याची अखेरची कोवळी तांबूस किरणं त्या तरुणाच्या चेहऱ्यावर पडली होती. त्यामुळे त्याचा काळवंडलेला चेहरा तिला आता स्पष्ट दिसू लागला.

'त्या तरुणाच्या आयुष्यात काळजी करण्यासारखं काही घडलं असेल काय?'

हा प्रश्न तिच्या मनात जेव्हा उभा राहिला, तेव्हा त्याच्याबद्दलचा तिचा राग कोठल्या कोठे पळून गेला आणि त्या तरुणाबद्दल तिच्या मनात एक प्रकारची सहानुभूती निर्माण झाली.

मग बराच वेळ ती त्या तरुणाबद्दलच्या विचारात मग्न होऊन गेली.

तिच्या शरीराला जेव्हा एकदम धक्का बसला, तेव्हा ती आपल्या विचारतंद्रीतून दचकून जागी झाली. गाडीला एकदम ब्रेक लागून गाडी थांबली होती; आणि बाहेर

धावपळ सुरू झाली होती. तिनं त्या तरुणाला विचारलं, ''काय झालं? गाडी का थांबली?''

तिच्याकडे न बघताच त्यानं उत्तर दिलं, ''मला नाही माहीत!''

तिला त्याच्या या तुटक उत्तराचा पुन्हा राग आला; आणि खिडकीतून बाहेर डोकावून ती बघू लागली. एका ठिकाणी चार-पाच पारशी स्त्रिया उभ्या होत्या. आणि समोर उभ्या असलेल्या गार्डला त्या काहीतरी सांगत होत्या. त्यांचं बोलणं काही सुनंदेला ऐकू आलं नाही. मात्र आकाशाच्या पार्श्वभूमीवर विशेष लांबट दिसणारी त्यांची नाकं मात्र तिला स्पष्ट दिसत होती. त्यांची बोलणी जवळून ऐकलेल्या काही उतारूंनी नंतर तिला सांगितलं, की त्यांच्यापैकी एकीच्या लहान मुलानं आपल्या आईच्या हातातली हिऱ्याची आंगठी खेळायला घेतली होती; आणि नंतर आईची नजर चुकवून त्यानं ती डब्याच्या बाहेर फेकून दिली होती. ही गोष्ट आईच्या लक्षात येताच तिनं साखळी ओढून गाडी थांबविली होती.

त्या पारशी स्त्रीची आंगठी सापडल्यानंतर मग पुन्हा गाडी सुरू झाली.

पुढच्या स्टेशनवर जेव्हा गाडी थांबली तेव्हा काही उतारू खाली उतरले. त्यांच्या रिकाम्या जागेकडे बोट करीत सुनंदेनं त्या तरुणाला उद्देशून म्हटलं, ''आपण इथे बसू शकता, जागा रिकामी आहे.''

''आभारी आहे!'' एवढं म्हणून तो तिच्या समोरच्या बाकावर जाऊन बसला.

तिला वाटलं की तो काहीतरी बोलणं सुरू करील. तिला त्या तरुणाबद्दल एक प्रकारचं कुतूहल निर्माण झालं होतं; आणि त्याच्याशी बोलून त्याची काही माहिती काढता आली तर ती तिला हवी होती. परंतु थोड्याच वेळात तिला कळून चुकलं की, या बाबतीत आपली निराशा होणार. कारण त्यानं बसल्याबरोबर आपल्या खिशातून एक वर्तमानपत्र काढलं आणि ते आपल्या चेहेऱ्यासमोर धरून तो वाचू लागला.

मग बराच वेळ त्याच्या त्या वागणुकीचं ती आपल्या मनाशी आश्चर्य करीत राहिली.

तिच्या आश्चर्याचे कारण अगदी उघड होतं. तिच्यासारखी सुंदर मुलगी समोर बसली असताना त्या तरुणानं आपलं तोंड वर्तमानपत्रात खुपसून बसावं या गोष्टीचं तिला आश्चर्य वाटलं नसतं तरच नवल होतं. कारण कॉलेजमधला तिचा अनुभव यापेक्षा अगदी वेगळा होता. तिच्याशी मैत्री करावी; नव्हे तिच्याशी एखादातरी शब्द बोलावा यासाठी कॉलेजमधील कितीतरी मुलांनी धडपड केलेली तिनं पाहिली होती. तिच्या डोळ्यांत असलेली काहीशी गुलाबी छटा बघून कॉलेजातील कितीतरी मुलांनी म्हटलेलं तिनं ऐकलं होतं की, 'हिच्या डोळ्यांत ही गुलाबी छटा कुठून आली माहीत आहे का? तिच्या गुलाबी गालाचं तिच्या डोळ्यांमध्ये प्रतिबिंब पडतं

आणि त्यामुळे तिच्या डोळ्यांमध्ये ती छटा उमटते.'

अशी एक ना दोन तिच्याशी सलगी करण्यासाठी उच्चारलेली अनेक वाक्यं तिच्या नजरेसमोरून सरकू लागली. आणि त्याचबरोबर समोर बसलेल्या तरुणाबद्दल तिच्या मनात अधिकाअधिक कुतूहल निर्माण होऊ लागलं.

या तरुण वयात स्त्रीसौंदर्याविषयी सर्वस्वी उदासीन दिसणारा हा तरुण आहे तरी कोण, हा प्रश्न तिनं आपल्या मनाला पुनःपुन्हा विचारला. परंतु त्या प्रश्नाला उत्तर मिळणं शक्य नव्हतं.

मग ती पुन्हा बाहेर पाहू लागली. गाडी ऐन वेगात धावत होती; आणि त्याचबरोबर सृष्टीची नानाविध रूपं तिच्या डोळ्यांसमोरून सरकत होती. सृष्टीच्या त्या विविध स्वरूपाकडे बघत असताना ती मनात म्हणत होती, 'माझ्यासमोर बसलेला हा तरुणच केवळ नव्हे, तर साऱ्या सृष्टीमध्ये ठायी ठायी कुतूहल भरलेलं आहे. क्षणोक्षणी पालटणारी ही सृष्टीची रूपं हा कुतूहलाचाच विषय नाही का? अनादि कालापासून मानवजात या पृथ्वीच्या पाठीवर प्रवास करीत आली आहे आणि अनंत कालपर्यंत तो प्रवास तसाच अव्याहतपणानं चालू राहणार आहे. परंतु सृष्टीच्या एका तरी रूपाचं मानवाला खरंखुरं ज्ञान झालेलं आहे का? किंवा यापुढे होणं शक्य आहे का? त्याचा जन्म हे एक कुतूहल, त्याचं ऐहिक जीवन हेही कुतूहल आणि मृत्युचंसुद्धा कुतूहलच! मग या तरुणाबद्दल मला कुतूहल वाटावं यात काय नवल? आणि ते कुतूहल पुरं झालं नाही, तर त्यात तरी कोणतं नवल?''

तिला आपल्या या गंभीर विचारांचं हसू आलं; आणि तिनं समोरच्या त्या तरुणाकडे बघितलं.

आणि मौज ही की त्याच वेळी त्यानंही हसतच तिच्याकडे बघितलं. ती एकदम चपापली.

आपले विचार त्याला कळले तर नाहीत ना?

परंतु त्याला तिचे विचार कळणं शक्य नव्हतं; आणि तिलाही त्याचे विचार कळणं शक्य नव्हतं.

त्याला आपलं हसू जेव्हा अगदीच आवरेना तेव्हा तिनं हलकेच त्याला विचारलं, "काय झालं एवढं हसायला?"

हा प्रश्न तिनं विचारला आणि मग तिचं तिलाच वाटलं की आपण त्याला हा प्रश्न विचारायला नको होता. कारण तिऱ्हाईत तरुणाला एकदम असं विचारणं बरं नव्हे!

पण मग काही वेळानं तिला धीर आला. आपलं हसू आवरून तो तिला आपल्या हातात असलेल्या वर्तमानपत्रातील एक जाहिरात खुणेनं दाखवित म्हणाला,

"आतापर्यंत लहान मुलं हरवल्याच्या जाहिराती खूप वाचल्या. पण वीस वर्षांची मुलगी हरवल्याची जाहिरात प्रथमच वाचतो आहे. ही पहिलीत का ती जाहिरात?"

सुनंदेनं ती अंक हाती घेतला. त्या अंकात हरवलेल्या मुलीचा फोटो दिला होता आणि त्या फोटोखाली लिहिलं होतं, "तू आमच्यावर रागावून घरातून निघून गेलीस. परंतु तू आता घरी परत ये. तुझ्या म्हणण्याप्रमाणे आम्ही आता वागू."

पुढला मजकूर सुनंदेला दिसेना. तिच्या डोळ्यांसमोर एकदम अंधारी आली. काय बोलावं हे तिला मुळीच सुचेना.

गाडी थांबली तेव्हा ती भानावर आली. तिनं बाहेर बघितलं तेव्हा कल्याण स्टेशन आल्याचं तिला कळलं. आपल्या हातातील वर्तमानपत्र तिनं त्या तरुणाच्या स्वाधीन केलं आणि त्याच्याकडे मुळीच न बघता ती डब्यातून खाली उतरली; आणि झपाझप पावलं टाकीत स्टेशनबाहेर पडली.

मुकुंदानं आपल्या जवळच्या वर्तमानपत्रातील फोटोकडे पुन्हा बघितलं. त्याच्या मनात मघाशी जी शंका आली होती ती त्याला खरी वाटू लागली. त्या फोटोतील हरवलेली मुलगी आणि त्याच्यासमोर बसलेली मुलगी या दोघीमध्ये त्याला चांगलंच साम्य दिसून आलं आणि त्यानं मनात म्हटलं, 'या फोटोतील हरवलेली मुलगी हीच तर नव्हे?'

अजूनही त्याला सुनंदेची पाठमोरी आकृती दिसत होती. समोरच एक हिरवा बंगला होता. त्या बंगल्याभोवती हिरव्या रंगाच्या कुंड्या ओळीनं मांडल्या होत्या आणि बंगल्यासमोरच्या बागेत जिकडे तिकडे हिरवी हिरवी झाडं दिसत होती. त्याच्याच शेजारी एका बैठा बंगला होता. त्या बंगल्याच्या कौलारू घरावर बऱ्याच गोवऱ्या रचून ठेवलेल्या होत्या. त्या दोन बंगल्यांमधून जी एक बारीक वाट जात होती, त्या वाटेनं झपाझप पावलं टाकीत चालताना जेव्हा त्याला सुनंदा दिसली तेव्हा मुकुंदा आपल्या मनाशी म्हणत होता, 'छे! आपली भलतीच काहीतरी शंका. असं असणंच शक्य नाही. चेहेऱ्यासारखे चेहरे पुष्कळ असतात!'

दोन

मुकुंदाला आपल्या नीरस आयुष्याचा आता अगदी कंटाळा आला होता. रोज पहाटे पाच वाजता उठायचं, खोलीच्या कुंद वातावरणात आपली नित्याची कामं घाईगर्दीनं उरकायची आणि आपल्या नोकरीवर हजर होण्यासाठी बरोबर साडेआठ वाजता खोलीबाहेर पडायचं, हा त्याचा ठरावीक कार्यक्रम झाला होता. तो आपल्या खोलीबाहेर पडला म्हणजे त्याला जी दृश्यं दिसत, तीसुद्धा अगदी ठरावीक असत. त्याच्या खोलीसमोर एक दरडी होती. त्या ठिकाणी त्या गल्लीतील बहुतेक सारे लोक केरकचरा आणून टाकीत. तेथे एक तांबडी पुष्ट गाय नेहमी चरत असलेली दिसायची. त्याच दरडीवर एका बाजूला एक बाभळीचं झाड होतं आणि त्या झाडाच्या फांद्या खालपर्यंत आलेल्या होत्या. एक शेळी आपले पुढील दोन पाय उंचावून बाभळीचे काटे व पानं ओरबाडत असताना नेहमी त्याला दिसे. खोलीच्या उजव्या बाजूला पिंपळाचा पार होता. त्या पाराचे दगड ठिकठिकणी झाडाच्या मुळ्या घुसल्यामुळे दुभंगलेले व खाली आलेले होते. तेही त्याला ठरावीक जागेवरच ठाण मांडून बसलेले दिसत. इतकंच नव्हे, तर त्या पिंपळाच्या झाडावर जे कावळे बसलेले असत, तेसुद्धा रोजच्या रोज आपापली ठरावीक जागा धरूनच जणू काय बसलेले आहेत, असा त्याला भास होई.

मग मनाशी तो म्हणे, 'बदल हा सृष्टीचा आत्मा आहे का, स्थैर्य हे सृष्टीचं मूलभूत तत्त्व आहे? आपल्याला कोणत्याच गोष्टीत फरक दिसत नाही याचा अर्थ काय?'

त्या गोष्टीचा अर्थ त्याला सांगता येत नसे. परंतु तो आपल्या त्याच त्याच ठरावीक आयुष्याला आता अगदी कंटाळला होता आणि म्हणत होता, 'आपल्या या ठरावीक आयुष्यात यापुढे कधीच बदल होणार आहे का?'

आणि या विचाराबरोबर त्याच्या आयुष्यात तीन महिन्यांपूर्वी जो अचानकपणानं बदल झाला होता, त्याबद्दल त्याच्या मनात विचार सुरू होते.

खरोखर गेल्या तीन महिन्यांत मुकुंदाच्या आयुष्यात कितीतरी बदल झाला होता!

तीन महिन्यांपूर्वीचा त्याच्यावर आलेला प्रसंग त्याला आठवला म्हणजे त्याच्या अंगावर अजूनही शहारे येत. क्वचित प्रसंगी त्या गोष्टी घडल्याच नाहीत असंही त्याला वाटे. इतक्या भयानक गोष्टी या जीवसृष्टीवर घडू शकतात यावर त्याचा विश्वासच बसत नसे.

पण तो क्षणभरच.

कारण तीन महिन्यांपूर्वी ज्या गोष्टी घडल्या होत्या, त्या सत्यसृष्टीतच घडल्या होत्या आणि त्या योगानं त्याचं स्वतःचं जीवन पार उद्ध्वस्त झालं होतं.

ती वेळ रात्रीची होती. महात्मा गांधींचा खून होऊन एक आठवडाही लोटला नव्हता. त्या भीषण घटनेनं देशातील सारी जनता दुःखानं आणि भीतीनं हादरून गेली होती. त्या वेळी मुकुंदाच्या पित्याला जे दुःख झालं ते अपरंपार असं होतं. एवढा साठ वर्षांचा वृद्ध मनुष्य; पण ती बातमी ऐकल्यानंतर लहान मुलाप्रमाणे टाहो फोडून त्या वेळी रडला होता. एखाद्या विनाशी वादळात जुनाट वृक्ष गदगदून हलावेत, त्याप्रमाणे त्यांचं वृद्ध शरीर आक्रंदन करताना घुसळून निघालं. काँग्रेसचं कंकण जन्मभर हाती बांधून त्यांनी त्या वेळेपर्यंत देशाची सेवा केली होती. महात्मा गांधींची हाक येताच आपली मोठी वकिली सोडून मुळीच विचार न करता त्या हाकेच्या दिशेनं धावत सुटायचं, हा त्यांचा शिरस्ता बनला होता. १९३० सालच्या चळवळीत ते जेव्हा दाखल झाले, तेव्हा त्यांचा एकुलता एक आईविना असलेला मुलगा हा अवघा सहा वर्षांचा होता. तुरुंगात जाण्यापूर्वी आपल्या बालमुकुंदाला त्याच्या मावशीच्या स्वाधीन करून ते म्हणाले होते, 'तुझ्यावरच माझी सारी भिस्त आहे. पोरका पोरगा आहे. त्याला मी येईपर्यंत नीट सांभाळ.' हे म्हणताना त्यांचा कंठ रुद्ध झाला होता; आणि डोळ्यांत अश्रू उभे राहिले होते. परंतु मुकुंदाला आपल्या जवळ घेऊन मावशीनं जेव्हा त्यांना तसं आश्वासनं दिलं, तेव्हा त्यांच्या डोळ्यांतील अश्रू एकाएकी आटले आणि तुरुंगाच्या मार्गाकडे ते निघाले तेव्हा एकदाही मागं वळून बघण्याचा मोह त्यांना झाला नाही. त्यामुळे गांधीवधाची बातमी जेव्हा त्यांना कळली, तेव्हा त्या दुःखानं त्यांना वेड लागण्याची पाळी आली.

अशा स्थितीत तीन दिवस अन्नपाण्यावाचून ते आपल्या अंथरुणातच पडून होते. त्या रात्री काहीशा ग्लानीतच ते बडबडत होते, 'हे चांगलं झालं नाही. गांधीजी साऱ्यांना पित्याच्या ठिकाणी होते. मुलं जर बापाचा खून करू लागली तर हे लक्षण काही चांगलं नाही. उद्या आया आपली मुलं फाडून खाऊ लागतील... कलियुग...'

त्यांच्या अंगात मनस्वी ताप भरला होता आणि त्या तापात त्यांची अशा प्रकारची बडबड सुरू होती. मुकुंदा त्यांच्याजवळ बसून त्यांच्या कपाळावर मिठाच्या पाण्याच्या पट्ट्या ठेवीत होता.

इतक्यात दाराबाहेर कसला तरी गलका ऐकू आला. रात्रीचे अकरा वाजून गेले

होते. त्यामुळे रात्रीच्या शांततेत त्याची भीषणता अधिकच जाणवत होती. नंतर त्यांच्या दारावर काठ्यांचे आवाज होऊ लागले. मुकुंदानं पुढे होऊन दार उघडलं आणि त्याला बाहेर जे दृश्य दिसलं ते बघून तो जागच्या जागीच थिजून गेला. आपले अवयव आतून ओढले जात आहेत व त्यांचा एक गोळा होऊन आपण खाली पडणार, असं त्याला वाटू लागलं.

बाहेर पन्नास लोकांचा जमाव हातात पलिते घेऊन उभा होता आणि त्या जमावामधील काही लोक घसा फोडून ओरडत होते, ''कुठे आहे तो दाजीसाहेब? तुझा बाप? तुम्ही ब्राह्मणांनी महात्माजींचा खून केलात. तुमचे मुडदे पाडल्याशिवाय आमचा राग शांत होणार नाही!''

मुकुंदाला साऱ्या परिस्थितीची कल्पना आली. सारं सांगली शहर पेटलं होतं: आणि त्यामध्ये ब्राह्मण जातीची आहुती पडत होती. जातिद्वेषाचं होमकुंड धडाडलं होतं आणि त्या होमकुंडात आणखी किती जणांचे बळी पडणार, या गोष्टीची कुणालाच कल्पना नव्हती.

चपळाई करून मुकुंदानं परत दार लावून घेतलं आणि तो आपल्या वडिलांच्या बिछान्यापाशी धावत आला. ते अजूनही ग्लानीतच बडबडत होते; ''मला आता राह्यचं नाही. गांधीजी गेले. मीही त्यांच्याकडे जाणार!''

परंतु त्यांच्या या बोलण्याकडे मुकुंदाचं मुळीच लक्ष नव्हतं. आपल्या पित्याच्या रुग्ण शरीराखाली त्यानं अलगद हात घातला, त्यांना हलकेच उचललं आणि थेट कोठीच्या खोलीत नेऊन निजवलं. त्या खोलीला कडी लावून मागच्या खिडकीतून त्यानं उडी ठोकली आणि 'पोलीस' 'पोलीस' असं ओरडत धूम तो पळत सुटला.

अर्ध्या तासानं पोलीस-पार्टी घेऊन तो जेव्हा परत आला, तेव्हा त्यानं मोठ्यांदा किंकाळी फोडली. रक्ताच्या थारोळ्यात छिन्नविच्छिन्न झालेला त्याच्या पित्याचा वृद्ध देह पडला होता आणि सभोवती सारं सारं शांत झालं होतं.

या प्रसंगानंतर मुकुंदाची सारी स्वप्नं धुळीस मिळाली. तो नुकताच वकील झाला होता; आणि वडिलांच्या हाताखाली त्यानं नुकतीच वकिली सुरू केली होती. आपल्याप्रमाणेच तो निष्णात वकील होईल असं स्वप्न त्याच्या पित्यानं उराशी बाळगलं होतं आणि मुकुंदानंही आपल्या मनात तशी महत्त्वाकांक्षा उभी केली होती. दाजी साहेबांच्या त्या भव्य वाड्यात आता कोणत्याही सुखाची उणीव नव्हती; आणि जी एक उणीव होती ती लवकरच भरून निघणार होती. दाजीसाहेबांना लवकरच आता सून येणार होती आणि तिनं घरात प्रवेश केल्यावर आपली वकिली व आपलं घर आपल्या मुलाच्या स्वाधीन करून ते निवृत्त होणार होते.

परंतु अशा तऱ्हेनं ते आपल्या जीवनातून मुक्त झाल्यानंतर मुकुंदाच्या साऱ्या आशा धुळीला मिळाल्या. त्याला आता त्या ठिकाणी राहावंसं वाटेना. ज्या भव्य

वाड्यात आपल्या प्रेमळ पित्याचा असा हृदयद्रावक शेवट झाला, तो भव्य वाडा आल्या किमतीला त्यानं खुशाल विकून टाकला आणि सांगलीला कायमचा रामराम ठोकला.

तीन महिन्यांपूर्वी त्यानं रेल्वेमध्ये तिकीटचेकरची नोकरी पत्करली तेव्हा त्याला मुळीच विषाद वाटला नाही. आपल्या वकिलीचा आणि त्या नोकरीचा अर्थाअर्थी संबंध नाही, ही गोष्ट मनात येऊनही त्याला त्याचं काहीच वाटलं नाही. कारण या सध्याच्या जगात कोणत्या गोष्टीचा संबंध कशाशी उरला आहे, असं त्याला वाटेना. या विश्वामधील कार्यकारणभावच नष्ट होऊन गेला आहे, अशी त्याची खात्री पटली होती. नाहीतर गांधीच्या खुनानंतर ब्राह्मणांचे खून पडावेत, या गोष्टीला अर्थ काय?

आठ दिवसांपूर्वी मुंबईतून त्याची बदली कल्याणला झाली; आणि गावाच्या एका टोकाला त्यानं मोठ्या प्रयासानं एक खोली मिळविली. त्या खोलीतून सकाळी बरोबर साडेआठ वाजता तो बाहेर पडायचा आणि स्टेशनच्या मार्गानं चालू लागायचा. त्या वेळी चालताना त्याच्या डोळ्यांसमोर या साऱ्या गोष्टी उभ्या राहत असत.

आणि या साऱ्या गोष्टी आठवल्या म्हणजे त्याला वाटायचं, की समाजात कुठे तरी चुकतं आहे. जे सभोवती घडतं आहे ते काही खचित चांगलं नाही. ज्या भूमीवर आज समाज उभा आहे, ती भूमी खाली खाली जात आहे आणि समाज अस्थिर बनत चालला आहे.

याला कारण?

समाजाच्या जीवनाची एकंदर मूल्यंच बदलत चालली आहेत. वस्तुतः राजकारण हा समाजधारणेचाच केवळ एक भाग आहे; पण त्या एका भागानंच समाजाचं सारं जीवन व्याप्त केलं आहे. राजकारणामुळे क्षणोक्षणी नवीन पक्ष जन्माला येत आहेत. आणि ते पक्ष एकमेकांचं वैर साधत आहेत. त्यामुळे समाजातील प्रेम ही भावनाच नष्ट होतं चालली आहे.

याला उपाय?

हा प्रश्न तो आपल्या मनाला पुनःपुन्हा विचारी आणि जणू काय आपल्याला आपल्या अंतःकरणातूनच त्या प्रश्नाचं उत्तर मिळणार आहे, या आशेनं तो काही काळ थांबे.

आणि अशा वेळी दूर अंतराळात टांगल्याप्रमाणे दिसावी तशी एक गोष्ट त्याच्या दृष्टीला दिसू लागे.

समाजाचं सांस्कृतिक ऐक्य झालं तर हा प्रश्न मिटेल? मनुष्याच्या अंतःकरणात परस्परांविषयी प्रेम उत्पन्न होईल?

'सांस्कृतिक ऐक्य' हा शब्दसमूह दृष्टीसमोर येताच त्याच्या मनासमोर चटकन एका संस्थेचं नाव येई. ती संस्था म्हणजे 'राष्ट्रीय स्वयंसेवक संघ' ही होय!

परंतु त्याचबरोबर त्या संस्थेची सध्याची स्थिती बघून त्याला अत्यंत विषाद वाटे. त्याच्या मनात येई- 'वस्तुतः समाजाच्या कल्याणासाठी ज्या संस्थेची आज खरी गरज आहे, त्या संस्थेवर बंदी असावी हे केवढं दुर्भाग्य?' आणि लगेच पुन्हा तोच मनात म्हणत असे, 'या दुर्भाग्यामधून उद्याचा सौभाग्यसूर्य जन्माला येणार नाही कशावरून?'

मुकुंदाच्या मनात रोज हेच विचार येत. ज्याप्रमाणे त्याला दिसणारी दृश्यंही ठरावीक होती, त्याप्रमाणे त्याच्या मनात येणारे हे विचारही ठरावीकच होते; आणि त्यानंतर त्याचा जो उद्धार होता, तोही ठरावीकच होता; 'आपल्या या नेहमीच्या आयुष्यात यापुढे कधी बदल होणार आहे का?'

आजही त्यानं आपल्या ठरावीक विचारांच्या शेवटी तोच उद्गार काढला; आणि स्टेशनवर जाण्यासाठी शेवटचं वळण घेतलं.

वळणावर आल्यानंतर त्याचे विचार थांबत. कारण त्या वेळी त्याला समोरच एक हिरवा बंगला दिसू लागे. त्या बंगल्याभोवती हिरव्या रंगाच्या कुंड्या ओळीनं मांडलेल्या जशाच्या तशा दिसत. फरक इतकाच, की बंगल्यासमोरच्या बागेत दिसणारा झाडांचा रंग मात्र तितका हिरवा राहिलेला नव्हता. त्याच्याच शेजारी असणारा बैठा बंगला अगदी जसाच्या तसा होता. इतकंच नव्हे, तर त्या बंगल्याच्या कौलारू घरावर रचून ठेवलेल्या गोवऱ्यादेखील त्या ठिकाणी अजूनही तशाच होत्या.

त्याला स्मरण झालं, याच मार्गावरून बरोबर तीन महिन्यांपूर्वी झपाझप पावलं टाकीत जात असताना ती मुलगी आपल्याला पाठमोरी दिसली होती. आपण त्या वेळी गाडीत होतो आणि तेथून या दोन बंगल्यांमधील हीच वाट आपल्याला स्पष्ट दिसत होती.

या वेळी त्याच्या मनात एक चमत्कारिक इच्छा निर्माण होत असे. ती मुलगी आपल्याला पुन्हा भेटावी!

आजही त्याच्या मनात तीच इच्छा निर्माण झाली; आणि मौज ही की त्याची ती इच्छा आज सफळही झाली.

नेहमीप्रमाणे तिकीटतपासणी चालू असताना तो मध्येच एकदम थबकला आणि क्षणभर त्याला वाटलं, 'आपण स्वप्नात तर नाही? मानवी इच्छा आणि त्या इच्छेची सफलता या दोन गोष्टी इतक्या संलग्न असू शकतात?'

निदान मुकुंदाला तरी आज तसा अनुभव आला होता. त्याला त्या मुलीच्या भेटीची ओढ वाटत होती आणि ती त्याची इच्छा आज पुरी झाली होती.

तिचे गुलाबी डोळे बघून त्यानं तिला चटकन ओळखलं आणि म्हटलं, "अरे! तुम्ही?"

परंतु त्यानं हे शब्द इतक्या हलक्या आवाजात उच्चारले होते की ते त्याचे त्यालाच ऐकू आले नाहीत, तर सुनंदेला ते कसे ऐकू जाणार? तिच्यासमोर आल्यानंतर त्याच्या तोंडातून तिला ऐकू जातील असे शब्द जर कोणते बाहेर पडले असतील तर, "तिकीट दाखवा!" हे होते. तिनं आपल्या हातातील पर्सची चाळवाचाळव केली आणि आपण आपला पास विसरलो आहोत ही गोष्ट तिच्या लक्षात आली. ती त्याला काही म्हणणार इतक्यात तोच तिला म्हणाला, "बरं, तिकीट काढून ठेवा. मी परत आलोच!"

पण तो काही पुन्हा परत आला नाही. गाडी बोरीबंदर स्टेशनवर आली; आणि आपल्या नेहमीच्या पद्धतीनुसार रेल्वे स्टेशनच्या दारातून 'पास' म्हणून ती बाहेर पडली तेव्हा तिनं एक सुटकेचा निःश्वास टाकला. नंतर तिनं स्टेशनच्या आवारात पुन्हा नजर टाकली तेव्हा मुकुंदा हलके पावलं टाकीत दुसऱ्या दिशेनं निघून गेलेला तिनं पाहिला.

तेव्हा तिच्या मनात एकदम शंका आली. एखादी जुनी स्मृती जागृत झाल्यानंतर माणूस ज्याप्रमाणे आपली चर्या करतो त्याप्रमाणे तिनं आपली चर्या केली; आणि मनात म्हटलं, 'अरेच्या! पूर्वी आपल्याला आगगाडीत भेटलेला हाच तर तो तरुण नव्हे? खास तोच!'

मग तिनं पुन्हा वळून बघितलं. आपली नजर शक्य तितकी स्थिर करून त्या अलोट गर्दीत तो तरुण दिसेल अशा अपेक्षेनं तिनं इकडे तिकडे पाहिलं; परंतु तो तिला पुन्हा दिसला नाही.

आपल्याजवळ पास नसल्यामुळे आलेलं संकट तो तरुण परत न आल्यामुळे टळलं, या समाधानात ती रेल्वेच्या लोखंडी दारातून बाहेर पडली होती. परंतु बाहेर पडल्यानंतर तो तरुण परत आपल्याकडे आला नाही, या गोष्टीचा तिला विषाद वाटू लागला.

आणि स्टेशनच्या बाहेरील पोस्टऑफिसच्या भव्य इमारतीत तिनं पाऊल टाकलं, तेव्हाही तो विषाद तिच्या मनात कायम होता.

त्याच मनःस्थितीत ती आपल्या कामाला लागली; परंतु तिचं लक्ष आपल्या कामाकडे लागेना. ऑफिसमध्ये जिकडेतिकडे नेहमीप्रमाणे गर्दी दिसत होती आणि धावपळ चालू होती. तिला त्या गर्दीचा आणि धावपळीचा आज अगदी तिटकारा आला. तिनं मनाशी म्हटलं 'या मुंबईचं आयुष्य नेहेमीच गर्दीचं आणि धावपळीचं. कधी म्हणून एकांत आणि शांतता मिळायची नाही.'

तिच्या डोक्यावरचा पंखा नेहमीप्रमाणेच भिरभिरत होता. परंतु तरीही तिला वाटत होतं की आज मनस्वी उकाडा होत आहे. मधूनच तिच्या मैत्रिणी तिला काहीतरी विचारीत होत्या; परंतु त्यांच्या प्रश्नांची ती भलतीच उत्तरं देत होती. तिची

उत्तरं ऐकून एका मैत्रिणीनं विचारलं,

"तुझं लक्ष आज कुठं आहे सुनंदा?"

मैत्रिणीच्या या प्रश्नावर तिनं मनात म्हटलं, 'माझं लक्ष कुठं आहे हे मी तुला आज कुठं सांगू?'

परंतु उघड रीतीनं मात्र ती म्हणाली, "आज किनई भारी उकडतंय. कामात लक्षच मुळी लागत नाही!" असं म्हणून तिनं आपल्याला सावरलं.

त्या तरुणाला आपण प्रथमच कसं ओळखलं नाही या गोष्टीबद्दल तिला आश्चर्य वाटू लागलं आणि तिकीट मागायला तो आपल्याकडे परत आला नाही याबद्दल तिला विषाद वाटू लागला.

आणि त्या विषादानंतर तिच्या मनात जी एक शंका उभी राहिली ती त्याहीपेक्षा अधिक क्लेशकारक होती. ज्या अर्थी त्या तरुणानं आपल्याला ओळखलं नाही त्याचा अर्थ आपल्याला पूर्वी गाडीत भेटलेला तो तरुण हा नसला पाहिजे! तिनं प्रत्येक बाबतीत त्या तरुणाची आणि आज भेटलेल्या तरुणाची तुलना करून पाहिली. आणि मौज ही की त्या दोघांच्यामध्ये तिला काहीच साम्य आढळेना.

मग तीच आपल्या मनाशी पुनः पुन्हा म्हणू लागली, 'उगीच आपल्याला तसा भास झाला. तसं असणं शक्यच नाही. माणसासारखी माणसं पुष्कळ असतात!'

तीन

ऑफिसमधील आपलं काम संपवून रोजच्या रिवाजामाणे मुकुंदा बाकावर येऊन बसला आणि तो सुनंदेची वाट बघू लागला. त्यानं समोरच्या घड्याळाकडे बघितलं. साडेपाच वाजून गेले होते. आणि वस्तुतः या वेळेपर्यंत तिनं यायला हवं होतं. गेल्या आठ दिवसांत तिनं ती वेळ कधी चुकविली नव्हती. आपलं काम संपवून तो लोकल स्टेशनच्या आवारात शिरायचा तेव्हा सुनंदाही आपल्या ऑफिसमधील काम संपवून त्याच्या पाठोपाठ स्टेशनवर हजर व्हायची. कधी कधी सुनंदा स्टेशनवर त्याच्या आधी हजर व्हायची आणि मग तो तिच्या पाठोपाठ यायचा. मग बोरीबंदर स्टेशनवरून संध्याकाळी जी लोकल सुटते त्यामध्ये चांगलीशी जागा बघून ही जोडी बसलेली आढळायची. या लोकलमधून प्रवास करणारे सारेच काही चौकस नसत. परंतु जे असत ते या जोडीकडे बघून म्हणत, 'ठीक, ठीक, चांगला आहे जोडा!'

त्यांनी उच्चारलेले शब्द क्वचितप्रसंगी त्या दोघांच्या कानावर येत आणि मग ती दोघं एकमेकांच्याकडे अशा काही अभिप्रायानं बघत की जणू काही त्या दोघांना म्हणायचं असे, 'बघितलंत लोक आपल्याबद्दल काय म्हणतात ते?'

त्यांच्या तोंडून हा उद्‌गार कधीच बाहेर पडत नसे. परंतु त्यांच्या त्या बघण्यातून आणि केलेल्या हास्यातून हाच अभिप्राय व्यक्त होत आहे असं त्यांच्यापैकी प्रत्येकाला वाटे आणि त्यामुळे त्यांना मनस्वी आनंद होई.

आणि एखादं सुंदर गीत विराम पावल्यानंतर त्या गीतामधील शब्द एकांतात असताना पुनः पुन्हा मनात घोळावेत, त्याप्रमाणे ते शब्द त्यांच्या मनात घोळत राहत, ''ठीक ठीक! चांगला आहे जोडा!''

सुनंदेला यायला जसजसा उशीर होत चालला तसातसा मुकुंदाच्या मनात त्या गोड शब्दांचा खेळ सुरू झाला; आणि त्याबरोबर आठ दिवसांपूर्वीचा एक प्रसंग त्याच्या डोळ्यांसमोरून सरकू लागला.

त्या दिवशी पोस्ट-ऑफिसमध्ये काहीतरी चौकशी करण्यासाठी तो गेला होता. स्टेशनबाहेरील प्रमुख पोस्टऑफिसच्या भव्य इमारतीच्या पायऱ्या चढून गेल्यानंतर त्याला समोरच एक पाटी दिसली. त्या पाटीवर लिहिलं होत- 'चौकशी'. त्याच

ठिकाणी त्याला जायचं होतं.

त्याला हवी ती माहिती मिळाल्यानंतर तो जेव्हा परतू लागला, तेव्हा त्याला शब्द ऐकू आले : 'अहो, पण तुमचं नाव काय?'

तो परतला आणि तो प्रश्न विचारणाऱ्या व्यक्तीकडे त्यानं न्याहाळून बघितलं आणि त्याला आश्चर्याचा धक्का बसला.

तीच ती मुलगी होती!

त्यानं तिला पूर्ण ओळखलं होतं. परंतु त्याला विनोद करण्याची लहर येऊन तो तिला म्हणाला, ''माझं नाव कशाला हवं? चौकशी करण्याकरिता आलेल्या माणसाचं नाव टिपून घेण्याचा नवीन नियम तुमच्या ऑफिसनं केला आहे की काय?''

त्यानं आपल्याला खास ओळखलं आहे आणि मुद्दाम खट्याळपणानं तो आपल्याला हा प्रश्न विचारीत आह, ही गोष्ट सुनंदेनं तेव्हाच ताडली. मग गंभीरपणाचा आव आणून तिनं समोरचा एक कागद आपल्यापुढे ओढला. त्याच्याकडे बघून म्हटलं, ''होय. आजपासून तसा नियम आमच्या ऑफिसनं केलेला आहे. तेव्हा सांगा तुमचं नाव. टिपून घेते मी.''

त्यानं खरोखरच आपलं नाव सांगितलं- ''माझं नाव मुकुंद मराठे.'' आणि तिनं ते खरोखरच टिपून घेतलं.

यावर आपलं हसू त्यानं आवरलं आणि नंतर म्हटलं, ''हे पहा, मला तुमच्या ऑफिसचा नियम काही माहीत नाही. परंतु माझी खात्री आहे की तुम्हाला माझं नाव टिपून घ्यायचा अधिकार नाही. तेव्हा तुमच्याविरुद्ध मला तक्रार करायची आहे. ती कुठे करायची ते सांगा पाहू?''

तिनं आपल्या स्वतःकडेच बोट करून म्हटलं, ''माझ्याकडेच नोंदवा तुमची तक्रार! मी घेते त्या तक्रारीचा परामर्ष!''

मग थोडा वेळ थांबून तीच पुढे म्हणाली, ''तुमचं नाव टिपून घेणं ही जर चूक असेल तर त्या चुकीला शिक्षा एकच आहे.''

आणि त्याच्या प्रश्नार्थक मुद्रेकडे बघत ती मग म्हणाली, ''ती शिक्षा म्हणजे मी जसं तुमचं नाव टिपून घेतलं तसंच तुम्ही माझं टिपून घ्या!''

तो चटकन म्हणाला, ''माझी स्मृती फार चांगली आहे. ज्याच्या लक्षात राहत नसेल त्यानं लिहिण्याचा उद्योग करावा.''

यावर आपला उजवा हात वर करीत तिनं म्हटलं, ''वा, वा! आपली स्मृती फार छान आहे हे मला माहीत नाही वाटतं? दुसऱ्या खेपेला आपली गाडीत भेट झाली तेव्हा तुम्ही मला छान ओळखलंत!''

''माझ्या स्मृतीला का उगाच नाव ठेवता? तुम्ही तरी मला त्या वेळी कुठं ओळखलं होतं?''

मुकुंदाच्या या बोलण्यावर सुनंदा म्हणाली, ‘‘मी तुम्हाला ओळखलं होतं. परंतु सरकारी सेवकाशी बोलून त्याचा उगाच वेळ का घ्या, म्हणून मी गप्प बसले होते.’’

‘‘मला जाण्याची ही सूचना नाही ना? कारण तुम्हीही सरकारी सेवकच आहात.’’

त्याचा मुद्दा तिच्या लक्षात आला तेव्हा ती हसली आणि आपल्या खुर्चीवरून उठत म्हणाली, ‘‘तुम्हीही आता चला आणि मीही तुमच्याबरोबर येते. मधली सुट्टी होऊन बराच वेळ झाला. बाकीचे सारे लोक उठून गेले. तुम्ही चौकशीकरिता आलात म्हणून मी थांबले. चला आता.’’

बाहेर येऊन ती त्याच्याबरोबर ऑफिसच्या बाहेर पडली; आणि हॉटेलात जरा एका बाजूला बसून त्या दोघांनी पहिला एकत्र चहा घेतला.

चहाचा एक घोट घेतल्यानंतर कसली तरी आठवण झाल्याची चर्या करून मुकुंदा म्हणाला, ‘‘मघाच्या वादविवादात एक गोष्ट अजिबात विसरून गेली. तुमचं नाव मला कळलंच नाही.’’

ती हसली आणि म्हणाली, ‘‘हो, खरंच की! माझं नाव सुनंदा साठे.’’

तो बोलू लागला, ‘‘आपली एकमेकांची नावं आज आपल्याला कळली असली तरी खरं म्हणजे आपली जानपछान फार पूर्वीची आहे नाही का? पहिल्या प्रथम आपली भेट झाली तेव्हा मी गाडीच्या दाराशी उभा होतो आणि तुम्हाला लवकर दार उघडता आलं नव्हतं. त्या वेळी तुम्हाला माझा राग आला असेल नाही?’’

त्याच्या या बोलण्यावर ती हसली. परंतु तिनं ती गोष्ट कबूल केली; आणि म्हटलं, ‘‘माझा तुमच्यावरचा तो राग ताबडतोब निघून गेला. पण पुन्हा जेव्हा तुम्ही मला भेटलात आणि मला ओळख दिली नाही तेव्हा मात्र मला तुमचा फार फार राग आला; व तो राग अजूनही कायम आहे.’’

त्यानं विचारलं, ‘‘मग तो राग जायला आम्ही आता काय केलं पाहिजे?’’

या प्रश्नावर तिनं हसून उत्तर दिलं, ‘‘मला आता रोज रोज भेटलं पाहिजे आणि माझी ओळख कायम ठेवली पाहिजे.’’

तिच्या या बोलण्यावर दोघंही मनसोक्त हसली.

हॉटेलच्या बाहेर पडून ते जेव्हा रस्त्यावरून चालू लागले, तेव्हा सुनंदा म्हणाली, ‘‘तसं पाहिलं तर आजच प्रथम आपण एकमेकांशी बोललो. परंतु जणू आपली फार दिवसांची ओळख आहे असंच आपणाला वाटलं हे केवढं आश्चर्य आहे नाही का?’’

यावर मुकुंदा म्हणाला, ‘‘आश्चर्य आहे यात काहीच शंका नाही. परंतु माणसाला कधी कधी आयुष्यात असे अनुभव येतात. गतजन्माचे म्हणा अगर अगदी जुने म्हणा, कित्येक माणसामाणसात अशा प्रकारचे अगदी जवळचे लागेबांधे आढळतात.

नाहीतर गाडीतून प्रवास करताना कमी का मुली दिसतात? किंवा गाडीच्या दारात उभं राहून प्रवास करताना कमी का तरुण आढळतात? मग आपल्यालाच परस्परांच्याबद्दल एवढी आपुलकी का वाटावी? तेव्हा...''

अशा रीतीनं कदाचित तो बराच वेळ बोलत राहिला असता. परंतु पोस्ट-ऑफिसची इमारत आली होती आणि त्याला आपलं बोलणं थांबावं लागलं होतं.

त्याचा निरोप घेताना तिनं विचारलं, ''तुम्ही मुंबईलाच राहता?''

नकारार्थी मान हालवीत तो म्हणाला, ''छे! कल्याणला!''

''मग आपलं ध्येय एकच!''

या तिच्या बोलण्यावर त्यानं तिच्याकडे प्रश्नार्थक मुद्रेनं बघितलं तेव्हा तिनं म्हटलं, ''कल्याण!''

तो मनसोक्त हसला तेव्हा तीही त्याच्या हसण्यात सामील झाली.

आपलं हसणं ओसरल्यावर ती म्हणाली, ''मग संध्याकाळी आपण बरोबरच जाऊ लोकलनं!''

आणि मग त्याच संध्याकाळी नव्हे तर प्रत्येक दिवशी सकाळ-संध्याकाळी ती दोघं बरोबरच लोकलनं जाऊ-येऊ लागली.

दररोज सकाळी बरोबर पावणेनऊ वाजता मुकुंदा कल्याण स्टेशनवर येई, आणि एका ठरावीक जागी बसून तिच्या येण्याच्या मार्गाकडे बघत राही. त्या नित्याच्या मार्गावरून काहीशा घाईतच येताना सुनंदा त्याला दिसे. त्याच्या चेहऱ्यावर आनंदी भाव उमटत असे. दुरून तो आपला रुमाल उंच करून तिला खूण करी. ती त्याची नित्याची खूण बघून तिच्या चेहऱ्यावर हास्य चमके आणि ते त्याला तितक्या दुरूनही दिसत असे. सकाळच्या प्रहरी तिच्या तोंडावर ते हास्य बघून त्या हास्याला उपमा देण्याची त्याच्या मनात अनावर इच्छा होई. परंतु इतक्यात तीच त्याच्यासमोर येऊन हजर होत असे आणि म्हणत असे, ''नमस्ते महाशय! उशिराबद्दल क्षमस्व!''

तो उत्तर देई, ''नमस्ते महाराज! आजची सकाळ कशी वाटते?''

ती म्हणे ''जगाचं काही सांगता येत नाही; पण आपल्याला मात्र ती चांगली वाटते.''

यावर तो उत्तर देत असे, ''आपल्याला म्हणायचा तुम्हाला काय अधिकार आहे? आजची सकाळ 'मला' चांगली वाटते असं पाहिजे तर म्हणा.''

''मी तुमच्या वतीनं काही बोलले नव्हते. 'आपल्याला' याचा अर्थ 'मला' असाच केला पाहिजे.''

''तुम्ही मला मघाशी 'महाराज' म्हणालात; आणि 'महाराज लोक' कधीच एकवचनी बोलत नाहीत; म्हणून मी 'आपल्याला' असं आदरार्थी म्हटलं, त्यात

तुमचा काहीच संबंध नव्हता.''

एकदा ती जेव्हा असं बोलली होती तेव्हा मनातून तो काहीसा खट्टू झाला होता. त्याची त्या वेळी अशी अपेक्षा होती की, तिनं असं काहीतरी म्हणावं, ''तुमच्या वतीनं बोलण्याचा मला आता खास अधिकार आहे; आणि म्हणूनच मी 'आपल्याला' असं म्हटलं.''

परंतु त्याच्या मनातील तो विषाद तत्काळ नाहीसा झाला होता. कारण त्याला आवडणारं असं पुष्कळ बोलणं त्यानंतर तिनं केलं होतं.

रोज सकाळी कल्याण लोकलमधे पाऊल टाकल्यापासून त्या दोघांचं असंच काहीतरी गमतीनं बोलणं होत असे.

गाडीत चढल्यावर तो तिच्यापासूनच तिकिटांची तपासणी करायला आरंभ करी. नंतर इतर उतारूंची तिकिटं पाहिल्यावर तो पुन्हा तिच्याजवळ येऊन तिला म्हणे, ''तिकीट प्लीज!''

ती हसून पुन्हा आपला पास त्याला दाखवी.

एके दिवशी तो तिच्याजवळ आला आणि गंभीर चेहरा करून म्हणाला

तिनं घाबरल्यासारखी मुद्रा केली आणि म्हटलं, ''माझ्याजवळ तिकीट नाही!''

''मग पैसे द्या. नाहीतर खाली उतरा.''

या त्याच्या बोलण्यावर आणखी गंभीर चेहरा करून सुनंदा म्हणाली, ''माझ्याजवळ पैसे पण नाहीत. कल्याण स्टेशनवर एका चोरानं माझी 'मनीबॅग' चोरली. मग कुठून पैसे आणू?''

तिचं हे बोलणं ऐकून मुकुंदाच्या लक्षात आलं की कल्याण स्टेशनवर चहा पिताना तिनं त्याच्या हवाली तिची मनीबॅग केली होती आणि आपण ती परत केली नव्हती. ही गोष्ट ध्यानात येऊनदेखील तो पुढे म्हणाला, ''हे पाहा, चोरानं पैसे चोरले त्याला आम्ही काय करणार? आम्हाला पैसे पाहिजेत. नाहीतर तिकीट पाहिजे.''

त्या दोघांचा हा संवाद शेजारी बसलेला एक गुजराथी गृहस्थ ऐकत होता. त्याला साहजिकच सुनंदेबदल सहानुभूती वाटली. तो मुकुंदाला म्हणाला, ''मी देतो त्यांचे पैसे. फाडा पावती!''

असं म्हणून त्यानं खरोखरच आपल्या खिशात हात घातला तेव्हा सुनंदा त्या गुजराथी गृहस्थाला म्हणाली, ''अहो थांबा. पैसे देण्याची गोष्ट नंतर बघता येईल. मी या तिकिटचेकरविरुद्ध रेल्वे ऑफिसात तक्रार नोंदविणार आहे. या लोकांना स्त्रियांशी कसं वागावं हे अजून कळत नाही. चांगली अद्दल घडवते याला!''

तिचं हे बोलणं ऐकून तो गुजराथी गृहस्थ म्हणाला ''हां हां! हे छान करता तुम्ही! माझी साक्ष बी लावा त्यामधी.''

बोरीबंदर स्टेशन आल्यानंतर सुनंदा जेव्हा खाली उतरू लागली तेव्हा तो गुजराथी गृहस्थ तिच्या पाठीमागं धावत गेला आणि म्हणाला, "अहो, त्या तक्रारीचं काय झालं? मला केव्हा बी बुलवा साक्षीला. हा घ्या माझा पत्ता!"

त्यानं दिलेला पत्ता घेऊन सुनंदा स्टेशनच्या आवाराबाहेर पडली आणि मुकुंदाला म्हणाली, "कल्याण स्टेशनवर माझी जी 'मनीबॅग' तुम्ही चोरलीत, त्यामध्ये माझ्या त्या गुजराथी साक्षीदाराचा हा पत्ता ठेवा पाहू!"

मग तो सारा प्रसंग पुन:पुन्हा आठवून त्या दोघांनी मनसोक्त हसून घेतलं. इतकं की, ऑफिसमधील आपलं काम करताना सुनंदेच्या पोटात त्या हसण्यामुळे बराच वेळ बारीक कळ निघत होती.

अशा तऱ्हेने त्यांचा सहवास एकसारखा वाढत चालला आणि एकमेकांना एकमेकांच्या सहवासाचं जणू काय व्यसनच जडलं.

सुनंदेची वाट बघत असताना मुकुंदाला आजसुद्धा हे सारे प्रसंग आठवले. त्याचप्रमाणे गेल्या आठ दिवसांत घडलेल्या साऱ्या प्रसंगाची त्यानं आपल्या मनाशी उजळणी केली.

ठरल्याप्रमाणे नेहमीच्या वेळी सुनंदा काही स्टेशनवर आली नाही. शेवटी निराश होऊन लोकल सुटण्याच्या ऐन वेळी तो आत जाऊन बसला. त्याला आज अगदी चुकल्याचुकल्यासारखं वाटत होतं. नाना प्रकारच्या कुशंका त्याच्या अंतःकरणात उद्भवू लागल्या. मे महिन्याला नुकताच प्रारंभ झाला असल्यामुळे हवेत मनस्वी उकाडा होता. डब्यात जिकडे तिकडे ठासून लोक भरले होते, त्यामुळे एक प्रकारचा विचित्र दर्प उब्यात होता. तो त्याला सहन होईना. तो टाळण्यासाठी त्यानं खिडकीबाहेर आपलं तोंड काढलं.

तो काय आश्चर्य!

दूरच्या एका खिडकीतून सुनंदेचा चेहरा बाहेर आलेला त्याला दिसला. आपल्या नेहमीच्या पद्धतीनं त्यानं आपल्या हातातील रुमाल वर करून हलवला; परंतु नेहमीप्रमाणे तिच्या चेहऱ्यावर त्याला हास्य दिसलं नाही. तो चमकला. त्याच्या मनात भलतीच शंका उभी राहिली.

कल्याण स्टेशन येताच धावतच तो तिच्याकडे गेला. जवळ गेल्यानंतर त्यानं तिच्याकडे बघून हास्य केलं तरीही ती हसली नाही. तेव्हा त्यानं विचारलं, "तुला आज उशीर का झाला?"

तिनं तुटकच उत्तर दिलं, "कदाचित माझी ही लोकलच चुकली असती. परंतु अगदी धावती गाडी मी पकडली."

पुन्हा बराच वेळ ती बोलली नाही. तेव्हा मुकुंदा म्हणाला, "तू आज अशी गंभीर का? नेहमीप्रमाणे हसत का नाहीस?"

''हसण्यासारखं काही राहिलं नाही म्हणून!''

''म्हणजे काय?''

मुकुंदाच्या या प्रश्नावर ती एवढंच म्हणाली, ''आपण नेहमीप्रमाणे त्या बागेत बसू, म्हणजे सारं सांगते.''

बागेत प्रवेश केल्यानंतर नेहमीच्या ठरावीक बाकावर ती दोघं बसली तेव्हा मुकुंदा म्हणाला, ''काय झालं सांग तरी!''

ऑफिसमधली आजची सारी हकिगत तिनं त्याला सांगितली. आज एक कारकून रजेवर असल्यामुळे तिच्याकडे मनीऑर्डरीचं काम दिलेलं होतं. शेवटचा हिशेब देत असताना दोन आणे वाढलेले दिसले. त्यावरून तिची आणि तिच्या वरिष्ठांची बरीच तक्रार झाली. ते तिला म्हणाले होते, ''ज्याप्रमाणे पैसे कमी येणं हा गुन्हा आहे, त्याप्रमाणे पैसे वाढणं हादेखील गुन्हा समजला जातो.''

तिनं तात्त्विकदृष्ट्या त्यांची गोष्ट मान्य केली होती आणि म्हटलं होतं, ''एवढ्या साध्या गोष्टीला गुन्ह्याचं स्वरूप देणं हे काही चांगलं नाही. सरकारी कचेरीतील कामं परस्परांच्या विश्वासानं चालली पाहिजेत. तरच ती चांगली चालतील!''

वरिष्ठ अधिकाऱ्याला तिचं हे बोलणं उद्धटपणाचं वाटलं होतं आणि म्हणून त्यानं प्रामाणिकपणावर व शिस्तीवर लांबलचक व्याख्यान सुनंदेला ऐकवलं होतं. त्यामुळे तिला ऑफिसमधून निघायला उशीर झाला होता आणि मोठ्या घाईनं येऊन तिनं लोकल पकडली होती.

ही सारी हकिगत सांगून सुनंदा म्हणाली, ''सांगा आता काही हसण्यासारखं आयुष्यात आहे का?''

सूर्य मावळून बराच वेळ झाला होता आणि त्या बागेतून बहुतेक सारे लोक आपापल्या घरी परतले होते. जिकडे तिकडे अंधाराचं साम्राज्य पसरलं होतं. मात्र दुरून कुठल्यातरी दिव्याचा प्रकाश सुनंदेच्या गंभीर चेहऱ्यावर स्पष्टपणे पडला होता. तिच्या त्या गंभीर चेहऱ्याकडे बघून मुकुंदाला भास झाला की या एकांतातील लताकुंजात कुणीतरी अज्ञात स्त्री आपल्यासमोर बसली आहे आणि साऱ्या स्त्री जातीचा म्हणून एक प्रश्न विचारीत आहे की, 'सांगा, आता आमच्या आयुष्यात काही हसण्यासारखं उरलं आहे का?'

मग भानावर येऊन तो म्हणाला, ''त्यात मनाला लावून घेण्यासारखं काहीच नाही. कोणत्याही नोकरीचं नाहीतरी असंच आहे. तू खरं विचारशील तर मलाही माझ्या नोकरीचा मनस्वी वीट आला आहे. केवळ हौसेनं नोकरी करणं आणि परिस्थितीनं नोकरी करण्यास भाग पडणं, यांत केवढं अंतर आहे! कधी कधी वाटतं की ही सारी बंधनं तोडून दूर कुठंतरी जावं, निसर्गाशी रममाण व्हावं आणि–''

परंतु त्याचं वाक्य पुरं होण्यापूर्वीच तिनं विचारलं, ''मग चलता लोणावळ्याला?

माझी मैत्रीण आणि तिचे यजमान लोणावळ्याला जाऊन राहिले आहेत. मी काही दिवस रजा घेऊन तिकडे जाईन म्हणते. येता तुम्ही?''

त्यानं होकारार्थी मान हलवली आणि लोणावळ्याला जाण्याचा बेत त्या दोघांनी आखला.

परंतु बेत करणं आणि तो पार पडणं यात महदंतर असतं हेच खरं!

चार

आज सुनंदेवर वाट बघण्याची पाळी आली होती. आज लोणावळ्याला जाण्याचा बेत त्या दोघांनी काल नक्की केला होता. त्याप्रमाणे सुनंदा सकाळीच कल्याण स्टेशनवर येऊन थांबली होती आणि मुकुंदा येण्याची वाट बघत होती. आपलं घड्याळ कदाचित पुढे असेल या कल्पनेनं तिनं स्टेशनवरच्या घड्याळाकडे बघितलं. परंतु तेच घड्याळ उलट पाच मिनिटांनी तिच्या घड्याळाच्या पुढे होतं; आणि मुकुंदाची नेण्याची वेळ टळून गेल्याचं ते दर्शवीत होतं. त्याच्या येण्याबद्दल ती निराश होऊ लागली आणि तिचा उत्साह हळूहळू मावळू लागला.

किती धांदलीनं तिनं आज आपली सारी कामं आटोपली होती आणि केवढ्या उत्साहानं ती स्टेशनवर ठरल्या वेळी आली होती! पहाटे तीनचा गजर लावून ती उठली होती. किंबहुना असंच म्हणणं संयुक्तिक ठरलं असतं की तीन वाजेपर्यंत तिला चांगली झोपच लागली नव्हती. कारण लोणावळ्याच्या ट्रिपची एकेक स्वप्नं तिला पडत होती. त्यांच्या या ट्रिपचं स्वरूप फार वेगळं होतं. कदाचित या ट्रिपमध्ये त्यांच्या आयुष्यातील महत्त्वाच्या गोष्टी ठरणार होत्या. त्या उभयतांमध्ये जी नवीन नाती निर्माण झाली होती, त्यांना काही निश्चित स्वरूप या ट्रिपमध्ये येण्याचा संभव होता. तिच्या आयुष्यात ज्या गोष्टींना आतापर्यंत मुळीच स्थान नव्हतं, त्या गोष्टी तिच्या आयुष्यात आज अगदी नव्यानं घडणार होत्या.

अशा स्थितीत तिला शांत झोप लागली नाही, त्यात आश्चर्य काय?

निजताना तिनं तीनचा गजर लावला होता खरा; परंतु मधूनच अर्धवट झोपेतून ती जागी झाली. तिला वाटलं की गजर होऊन गेला आहे आणि आपल्याला उठायला उशीर झालेला आहे. ती चटकन आपल्या बिछान्यातून उठली आणि दिवा लावला व घड्याळात बघितलं. घड्याळात दोन वाजलेले तिला दिसले. ते घड्याळ मागं आहे अशा समजुतीनं तिनं आपल्या मनगटावरच्या घड्याळाकडे बघितलं. त्यामध्ये दोन वाजायला अजून पाच मिनिटांचा अवधी होता. मग पुन्हा ती बिछान्यावर पडली आणि झोप घेण्याचा तिनं निष्फळ प्रयत्न केला. बिछान्यावर पडल्या पडल्याच तिच्या मनात एकसारखं येत होतं, की ऑफिसमध्ये जायचं असेल तर

ही घड्याळं एकसारखी पुढे धावतात आणि ट्रिपला जायचं असेल तर ती धीरेधीरे चालतात, हे काही बरं नाही. तिच्या मनात हा विनोदी विचार आला तरी त्या योगानं घड्याळाची गती थोडीच वाढणार होती?

तीनचा गजर होताच उठून ती झपाट्यानं कामाला लागली. आज तिला स्वतःलाच सारी कामं उरकायची होती. ट्रिपला नेण्यासाठी ताजे ताजे पदार्थ बनवायचे होते. ट्रिपसाठी चांगल्या कपड्यांची निवड करून ठेवायची होती. सुंदर सुंदर देखाव्याचे फोटो घेण्यासाठी तिच्याजवळ असलेला जुनाट कॅमेरा घासूनपुसून ठेवायचा होता. अशी एक की दोन, अनेक कामं तिला उरकायची होती.

ती कामं करीत असताना तिला आज आपल्या आईची परोपरीनं आठवण होत होती. कुठेही जायचं असलं तरी तिची सारी तयारी करून देण्याचं काम तिच्या आईकडे असे. परंतु आज मात्र कोणत्याच गोष्टीत तिला आईची मदत होत नव्हती. त्यामुळे प्रत्येक काम पार पाडत असताना तिनं मनात म्हणावं, 'आज आई इथे असती तर तिनं हे कामं केलं असतं.'

आणि त्याचबरोबर आपल्याला आपलं घर सोडण्याचा प्रसंग का आला या गोष्टींचं तिला स्मरण झालं.

तिच्या वडिलांचा स्वभाव अत्यंत चमत्कारिक होता. प्रत्येक गोष्ट आपल्या पत्नीच्या विरुद्ध करायची असं कंकणच जणू त्यांनी आपल्या हाती बांधलं होतं. त्यांच्या या चमत्कारिक स्वभावाची झळ साऱ्या कुटुंबाला लागली होती. त्यांच्या या स्वभावाच्या मागं कोणत्याच प्रकारचं सूत्र नसे. आणि तसं म्हटलं तर त्यांचा हा स्वभाव बनायला एक कारण त्यांच्या तरुण वयातच घडलं होतं. सुनंदेच्या आईशी त्यांचा जो विवाह झाला होता, तो त्यांना फारसा संमत नव्हता. केवळ आपल्या पित्याच्या आग्रहाखातर ते त्या विवाहास तयार झाले होते. मुलांच्या पालकांनाच त्यांच्या कल्याणाचा मार्ग चांगला कळतो, असं समजण्याचा तो काळ होता. त्यामुळे मुकाट्यानं बोहल्यावर उभं राहण्याखेरीज सुनंदेच्या वडिलांना दुसरं गत्यंतर नव्हतं.

त्या विवाहामुळे त्यांचं मन मोडलं गेलं आणि विवाहानंतर त्यांनी इतरांची मनं मोडायला आरंभ केला. आपल्या मर्जीविरुद्ध आपला विवाह घडवून आणण्यास जणू काय आपली पत्नीच जबाबदार आहे, या सूडबुद्धीनं ते तिच्याशी वागू लागले. त्यांची ती वागणूक बदलण्याचं काही चिन्ह दिसेना. सुनंदेच्या आईनं नाना प्रकारे आपल्या पतीची मर्जी संभाळण्याचे प्रयत्न केले; परंतु त्याचा काही उपयोग झाला नाही. मग तसे प्रयत्न करण्याचं तिनं सोडून दिलं आणि आपलं आयुष्य केवळ सहन करण्यासाठीच आहे हे ओळखून, तिनं जी शांत वृत्ती धारण केली तिच्यात नंतर फरक म्हणून पडला नाही.

सुनंदेला आणि तिच्या थोरल्या भावाला आपल्या पित्याच्या स्वभावाचा उपद्रव होत असे. परंतु त्या बहीण-भावाच्या वृत्तीत भयंकर तफावत होती. सुनंदेच्या वडिलांनी तिच्या आईला किंवा तिला जर काही दुरुत्तरं केली तर तास न् तास त्या मायलेकी एकमेकींच्या गळ्यात गळा घालून अश्रू ढाळत. परंतु तिच्या थोरल्या भावानं आपल्या वडिलांची बोलणी कधीच मनावर घेतली नव्हती. मुरलीधर सुनंदेपेक्षा दोन वर्षांनी वडील होता. परंतु शिक्षणात त्याची गती कधीच चालली नाही. इंग्रजी चार इयत्ता झाल्यानंतर त्यानं शिक्षणाला जो रामराम ठोकला तो कायमचाच. मग तो नाना प्रकारचे धंदे करू लागला. प्रत्येक धंद्यात त्याला अपयश येई. मग तो विशिष्ट धंदा सोडून तो दुसरा धंदा करू लागे. प्रत्येक धंदा करण्याच्या प्रारंभी तो सुनंदेकडे अशा काही डौलाने बघे की जणू काय त्याला म्हणायचं आहे, ''बघ आता हा धंदा कसा करतो ते? माझा पिंडच मुळी धंद्याचा आहे. तू बस नुसती शिकत. नुसत्या शिक्षणात काय आहे? मी धंदा करूनच लाखोपती होणार आहे!''

पण तो लाखोपती मात्र कधी झाला नाही. त्याच्या धंद्यांची संख्या मात्र एकसारखी वाढत गेली. प्रत्येक धंदा बंद करते वेळी तो आपल्या पित्याला त्या धंद्यात झालेल्या नुकसानीची भरपाई करण्यास सांगे आणि पुढच्या धंद्यास भांडवल मागत असे, ते अशा आविर्भावाचं की जे नुकसान झालं त्यात त्याचा काहीच दोष नव्हता, तर तो धंदाच तोट्याचा होता.

परंतु पुढे त्याही गोष्टीला पायबंद घालणं जरूर होतं. मुरलीधरानं केलेल्या अनेक धंद्यांत त्याच्या वडिलांची बरीच संपत्ती खर्च झाली होती आणि तरीही एका नवीन धंद्याच्या भांडवलासाठी त्याचा हात पुढे होताच. तेव्हा ते त्याच्यावर मनस्वी संतापले. आतापर्यंत त्यानं केलेल्या कृत्यांचा पाढा त्यांनी त्याच्यासमोर वाचला. त्याच्याशी बोलताना त्यांचा संताप इतका अनावर झाला, की सुनंदेलाही त्यांची भीती वाटू लागली. परंतु मुरलीधर शांतपणाने तेथून उठला. आरशासमोर जाऊन त्यानं आपल्या केसांचा भांग पाडला आणि शीळ घालीत त्यांच्यासमोरून शांतपणानं निघून गेला. सुनंदेला वाटलं, हा किती निर्लज्ज बनला आहे!

परंतु पुढे तिच्यावरही तसाच प्रसंग आला. त्या वेळेपर्यंत तिनं आपल्या पित्याचा अनेक बाबतीत राग सहन केला होता. जणू त्यांनी तिच्यावर काहीतरी निमित्त काढून रागावणं आणि तिनं ते मुकाट्यानं सहन करणं, ही गोष्ट नित्याची होऊन बसली होती.

पण एक दिवस असा प्रसंग आला, की तिला तिच्या पित्याचा राग सहन करून त्यांच्या मनाप्रमाणे वागणं शक्य नव्हतं.

त्या दिवशी संध्याकाळी ते आपल्या ऑफिसमधून घरी आले आणि पत्नीला सांगू लागले, ''सुनंदाचं लग्न ठरवलं!''

त्या वेळी सुनंदा बाहेर जाण्याचा तयारीत होती. तिनं त्यांचे हे शब्द ऐकले आणि मनातून ती चमकली. तिला वाटलं, आपल्या आयुष्यात होणाऱ्या वादळाचं हे पूर्वचिन्ह आहे! त्या वादळाला तोंड देण्याची ती तयारी करू लागली; आणि मौज ही की तिला कळून आलं की आपल्याला न कळत आपल्या मनात तसली तयारी यापूर्वी आपोआपच घडत होती. कोणताही जुलूम जेव्हा जन्मास येतो तेव्हा त्या जुलूमाची प्रतिकारशक्तीही त्याच वेळी जन्मास येते, ही गोष्ट तिला त्या वेळेपर्यंत माहीत नव्हती. तिनं आतापर्यंत मनस्वी जुलूम सहन केला होता. तो सहन करताना तिच्या मनात प्रतिकारशक्ती उत्पन्न होत होती. परंतु या क्षणापर्यंत ती सुप्तावस्थेत होती आणि आता प्रसंग येताच त्या शक्तीचा निर्वाळा तिला मिळत होता.

'सुनंदाचं लग्न ठरवलं!' हे शब्द जेव्हा तिच्या पित्याच्या तोंडातून बाहेर पडले तेव्हा तिच्या अंतःकरणात हे शब्द उभे राहिले की 'माझं लग्न ठरवणारे तुम्ही एकटे कोण?'

ती त्या वेळी गप्प बसली खरी; परंतु तिच्या वडिलांनी जेव्हा त्या मुलाची माहिती सांगितली, तेव्हा तिचा संताप उफाळून बाहेर पडला. तिच्या वडिलांनी तिचं लग्न ज्या मुलाशी ठरवलं होतं तो तिच्या चांगल्याच माहितीचा होता. तिचे वडील पुण्याच्या शेतकी खात्यात नोकरीला होते. आणि आपल्या वरिष्ठ अधिकाऱ्याच्या मुलाशी त्यांनी सुनंदेचं लग्न ठरवलं होतं. तो मुलगा तिच्याच कॉलेजमध्ये इंटरला तिच्या वर्गात होता. आणि उडाणटप्पू म्हणून त्याची साऱ्या कॉलेजभर ख्याती होती. कॉलेजातील एका मुलीशी त्यानं बराच लघळपणा केला होता. त्या मुलीनं आपल्या पायातील चप्पल त्याच्यावर उगारली होती. ही गोष्ट सुनंदेला माहीत होती आणि तिच्या वडिलांनाही ती माहीत असून केवळ आपल्या वरिष्ठांचा मुलगा म्हणून ते त्या लग्नाला तयार झाले होते.

परंतु सुनंदा त्या लग्नाला तयार होणं शक्य नव्हतं. आणि त्या बाबतीत आपल्या पित्याला विरोध करण्यासाठी ती सिद्ध झाली.

तिचा नकार ऐकताच तिच्या वडिलांनी जी क्रूर मुद्रा केली, ती बघून तिचं धैर्य क्षणभर विचलित झालं.

पण ते क्षणभरच!

दुसऱ्याच क्षणी तिनं आपलं सारे धैर्य पुन्हा गोळा केलं आणि त्या लग्नाला आपला साफ नकार दिला. तेव्हा तिचे वडील संतापून म्हणाले, "तुला जर मी ठरवलेलं लग्न पसंत नसेल तर आजपासून तू मला मेलीस असंच मी समजेन!"

ऐन संध्याकाळच्या वेळी भरल्या घरात त्यांचं ते बोलणं ऐकून तिच्या आईला ते सहन झालं नाही व तिनं आपल्या कानावर हात ठेवले. त्या रात्री त्या मायलेकी एकसारख्या रडत होत्या; परंतु नुसत्या रडण्यानं तो प्रश्न सुटणार नव्हता, हे

सुनंदेनं ओळखलं होतं.

पुढे थोड्याच दिवसात तिची खात्री पटली की अशा या प्रक्षुब्ध वातावरणात आपल्याला या घरी राहणं शक्य होणार नाही.

घर सोडण्याचा विचार जेव्हा पहिल्याप्रथम तिच्या मनात आला, तेव्हा ती केवढ्यांदा दचकली! त्या घराचे, म्हणजे पर्यायानं आपल्या मातृप्रेमाचे पाश तोडून तिला बाहेर पडायचं होतं. ती गोष्ट किती कठीण होती? ज्या घरात आपलं सारं बालपण गेलं त्या घराचे पाश एकाएकी तोडून जाणं ही गोष्ट काय सोपी होती?

परंतु ती गोष्ट करण्याशिवाय तिला दुसरा इलाजच नव्हता. वडिलांनी परस्पर ठरविलेल्या विवाहाला तयार तरी होणं किंवा घर तरी सोडून जाणं या दोनच गोष्टी तिच्यासमोर उभ्या होत्या.

तिनं दुसरी गोष्ट करायचं ठरवलं. घर सोडताना तिला मनस्वी यातना झाल्या. त्या दिवशी पहाटे ती उठली. घर सोडण्याच्या विचारानं रात्रभर तिला झोप आली नव्हती. त्यातच जेव्हा तिचा डोळा लागला तेव्हा तिला भयंकर स्वप्न पडलं. एका निबिड अरण्यातून ती एकटीच चालली होती. काही वेळानं एक वाघ तिच्या मागून धावत सुटला. तिनं मागं वळून त्या वाघाकडे बघितलं. तो काय आश्चर्य! त्या वाघाच्या ठिकाणी तिला तिच्या कॉलेजातील तो उडाणटप्पू मुलगा दिसू लागला. त्याच मुलाशी तिच्या वडिलांनी तिचं लग्न ठरवलं होतं. त्याच्या चेहेऱ्याकडे बघून मग ती अधिकच धावत सुटली. आणि पळता पळता एका दगडाला अडखळून खाली आदळली आणि जागी झाली. ती इतकी भ्यालेली होती की तिला खूप ओरडावंसं वाटलं. तिच्या तोंडातून शब्दोच्चार होईना. आपला गळा कुणीतरी दाबून धरलेला आहे असा भास तिला होऊ लागला.

बऱ्याच वेळानंतर तिला जेव्हा पूर्ण जाग आली तेव्हादेखील तिच्या मनातून ती भीती नाहीशी झाली नव्हती.

तिनं घड्याळाकडे बघितलं तेव्हा तीन वाजून गेले होते. घर सोडण्यापूर्वी निदान आपल्या प्रिय मातेला काहीतरी लिहून ठेवणं जरूर होतं. त्याप्रमाणे आपल्या आईला उद्देशून तिनं एक छोटं पत्र लिहिलं. त्या पत्रात तिनं म्हटलं होतं :

"मी हे घर सोडून का जात आहे याची तुला कल्पना आहेच. तुझ्या विरहाच्या नुसत्या कल्पनेनंदेखील मनस्वी दुःख होतं; परंतु त्याला आता इलाज नाही. घरची परिस्थिती निवळली म्हणजे मी परत येईन. तोपर्यंत तुझ्या प्रेमाची सोबत मला मिळेलच."

पत्र लिहून तिनं आईला सहज सापडेल अशा ठिकाणी ते ठेवलं. पुन्हा एकदा घड्याळाकडे आणि आईच्या चेहऱ्याकडे आळीपाळीनं बघितलं. आतापर्यंत अनेक दुःख भोगलेला आपल्या आईचा चेहरा तिला शांत अगदी शांत दिसत होता. त्या

चेहऱ्याकडे बघून तिचं मन क्षणभर गोंधळलं. पण मग लगेच तिनं आपलं मन आवरलं आणि ती घराबाहेर पडली.

कुठे जावं हे प्रथम तिला कळेना; परंतु नंतर तिला आपल्या एका मैत्रिणीचं स्मरण झालं. तिचं नुकतंच लग्न झालं होतं. तिला श्रीमंत नवरा मिळालेला होता. ती मैत्रीण कल्याणला आहे ही गोष्ट लक्षात येताच ती तडक स्टेशनवर गेली आणि तिनं कल्याणचं तिकीट काढलं.

मुंबईच्या पोस्ट ऑफिसमध्ये जेव्हा तिला नोकरी मिळाली, तेव्हा ती अगदी निर्धास्त झाली. आपल्या मैत्रिणीकडे राहण्याचा संकोच तिला वाटेनासा झाला.

आज पहाटे आपली कामं करताना तिला या साऱ्या गोष्टी आठवल्या आणि तिच्या अंतःकरणात त्यामुळे काहीसा विषाद निर्माण झाला.

आणि ठरल्या वेळी जेव्हा मुकुंदा स्टेशनवर आलेला तिला दिसला नाही, तेव्हा तिच्या त्या विषादात अधिकच भर पडली.

ती दोघं ज्या गाडीनं लोणावळ्याला जाणार होती, ती थोड्याच वेळात स्टेशनवर येऊन उभी राहिली. त्या गाडीतून बरेच उतारू खाली उतरले; पण त्याच्या दुप्पट उतारू आत शिरले आणि वेळ होताच ती गाडी धाड्धाड् करीत तिच्या डोळ्यांसमोरून निघून गेली. थोडा वेळ स्टेशनवर उडालेली गडबड थांबली आणि पुन्हा सगळीकडे शांतता पसरली.

मग परत जाण्याशिवाय सुनंदेला गत्यंतर उरलं नाही. पण जायचं कुठे? मुकुंदाला भेटण्याची इच्छा तिच्या मनात उत्पन्न झाली. पण त्याचं घर माहीत नव्हतं. त्याचं घर आपल्याला माहीत नसावं याबद्दल तिला आश्चर्य वाटलं. परंतु आश्चर्यापेक्षाही अधिक उद्वेग वाटला. त्याचं आणि आपलं इतकं संघटन वाढलं आहे तरी त्याचं घर आपल्याला माहीत नसावं, याचा अर्थ काय?

मग चार-पाच दिवसांपूर्वीचा एक प्रसंग तिला आठवला. त्याच्याशी बोलत असताना तिनं एकदा त्याच्या घराची विचारपूस केली होती. त्या वेळी तो हसत म्हणाला होता, "माझं घर ना? आगगाडी हेच माझं घर!"

त्याच्या बोलण्यातील विषाद तिला त्या वेळी जाणवला होता आणि तिनं तो प्रश्न त्याला पुन्हा कधी विचारला नव्हता.

तो साधारण कोणत्या दिशेला राहतो, या गोष्टीची तिला कल्पना होती. मग ती त्या दिशेनं चालू लागली.

मोठ्या प्रयासानं तिला त्याची खोली सापडली. बाहेरूनच त्या खोलीचं स्वरूप पाहून तिला वाईट वाटलं. मातीच्या भिंतीही त्या खोलीला नव्हत्या. चारी बाजूंनी लाकडी फळ्या उभ्या केल्या होत्या. त्या फळ्यांना पत्र्याचा दरवाजा लावला होता

आणि खोली बनविली होती; अशा त्या खोलीत मुकुंदा राहत होता.

खोलीत शिरल्यानंतर तिला एक प्रकारचा उग्र दर्प आला. वर्षानुवर्षं त्या खोलीला ओल असल्यामुळे त्या खोलीत तो एक विशिष्ट दर्प नेहमी येत असे; आणि त्या ओलातच खोलीच्या एका बाजूला अस्ताव्यस्त बिछान्यात मुकुंदा पडलेला तिला दिसला.

तिनं त्याला हळूच हाक मारली. त्यानं तिच्याकडे मान फिरवली आणि क्षीण आवाजात म्हटलं, ''कोण? तुम्ही? सुनंदा!''

ती म्हणाली, ''होय. मी सुनंदा.'' आणि त्याच्या कपाळावर हात ठेवत तिनं घाबरून म्हटलं, ''हे काय? तुमच्या अंगात चांगलाच ताप भरलेला दिसतो.''

''होय! आणि म्हणूनच...''

त्याचं वाक्य पुरं करीत तिनं म्हटलं, ''तुम्ही स्टेशनवर आला नाहीत... मला वाटलंच...''

मग ती पुन्हा म्हणाली, ''सकाळपासून काही घेतलंत का?''

त्यानं नकारार्थी मान हलवली. तेव्हा ती म्हणाली, ''मग थांबा हं! मी तुम्हाला कोको करून देते.''

''कसा करणार कोको?''

त्याच्या या प्रश्नावर तिनं खोलीभर नजर टाकली. तिला त्या ठिकाणी कोको बनविण्याचं कोणतंच साहित्य दिसेना.

मग आपल्या जागेवरून चटकन उठत तिनं म्हटलं, ''मी एखाद्या चांगल्या हॉटेलमधून कोको नाहीतर दूध घेऊन येते.''

त्यानं होकारार्थी मान हलवीत म्हटलं, ''त्या कोटाच्या खिशात पैसे असतील, ते घ्या.''

आपल्या हातातील पर्स त्याच्यासमोर धरीत सुनंदा म्हणाली, ''ही पर्स काही नुसती शोभेची नाही, त्यामध्ये पैसे आहेत म्हटलं.''

असं म्हणून ती बाहेर पडली आणि हॉटेलमधून दूध घेऊन आली. येताना तिनं डॉक्टरलादेखील बोलावणं केलं.

प्रकृती तपासून डॉक्टर निघून गेल्यानंतर मुकुंदा तिला म्हणाला, ''तुम्हाला माझ्याकरिता निष्कारण श्रम पडले.''

ती म्हणाली, ''श्रमांचं मला काही वाटत नाही. तुमच्या अंगातून ताप निघाला म्हणजे झालं.''

आपला हात तिच्यापुढे करीत त्यानं म्हटलं, ''आता बघा ताप कमी झाला की नाही?''

त्यानं पुढे केलेला हात तिनं आपल्या हातात घेतला आणि त्याच्या समजुतीकरिता

म्हटलं, "हो, कमी झाला आहे!"

हसून म्हणाला, "होणारच! पण त्या डॉक्टरमुळे नव्हे हं! या माझ्या समोरच्या डॉक्टरमुळे माझा ताप पार निघून गेला."

त्याचं असलं बोलणं ती प्रथमच ऐकत होती. त्यामुळे तिला लाजल्यासारखं झालं; आणि मौज ही की तिच्या हातात असलेल्या त्याच्या हाताचा स्पर्श तिला आता निराळाच भासू लागला. त्या स्पर्शात काही तरी जादू भरली आहे असं तिला वाटू लागलं. या विचारानं तर ती इतकी लाजली, की त्याला न कळत तिनं त्याचा तो हात आपल्या हातातून दूर केला.

त्याचा निरोप घेऊन ती जेव्हा बाहेर पडली तेव्हा त्याच्याबद्दल एक प्रकारची विलक्षण ओढ आणि उत्कट सहानुभूती सुनंदेच्या अंतःकरणात निर्माण झाली. आणि चमत्कार असा, की रुग्णशय्येवर पडलेल्या मुकुंदाच्याही अंतःकरणात नेमक्या त्याच भावनेचा प्रादुर्भाव झाला. आपापल्या घरांना मुकलेले हे दोन जीव परस्परांच्या सहानुभूतीचे विषय बनले होते.

परंतु गंमत ही, की त्या दोघांच्या अंतःकरणात उत्पन्न झालेल्या परस्परांच्या सहानुभूतीची त्या दोघांना यत्किंचितही कल्पना नव्हती आणि त्या अज्ञानात सुख होतं की दुःख होतं हे त्यांचं त्यांनाच कळत नव्हतं.

पाच

समोरचा तो रम्य देखावा बघत असताना मुकुंदा न कळत एकदम सुनंदेच्या अंगावर कलंडला.

ऐन घाटमाथ्यावरून त्यांची मोटार चालली होती. त्या वेळी सृष्टीमध्ये जिकडे तिकडे आनंद भरलेला त्यांना दिसत होता. नोव्हेंबर महिन्याचे ते दिवस होते; आणि थंडीचा कडाका नुकताच सुरू झाला होता. पहाटेच्या वेळी तर तो विशेष जाणवत होता. त्यांच्या मोटारीनं एक वळण घेतलं आणि त्यानंतर डाव्या बाजूला त्यांना सृष्टीचा एक रम्य देखावा दिसू लागला. यंदा ऑक्टोबर महिन्याच्या अखेरीस या भागात दोन जोराचे पाऊस पडले होते. त्यामुळे समोर दिसणाऱ्या वनश्रीला एक प्रकारचं स्नात स्वरूप प्राप्त झालं होतं. दूरवर नजर पोचणार नाही असं विस्तीर्ण मैदान खाली पसरलेलं होतं. एका ठिकाणी अनेक झोपड्यांची एक वस्ती दिसत होती. काही झोपड्यांच्या सभोवती त्या ठिकाणी वस्ती करणाऱ्या शेतकऱ्यांच्या शेतजमिनी असल्या पाहिजेत. त्या शेतातून पिकं उभी होती आणि त्यामधून ज्या बारीक पायवाटा गेल्या होत्या, त्यांना नेहमीच्या रिवाजाप्रमाणे स्त्रीच्या भांगांची उपमा देण्याचा मोह कुणालाच आवरला नसता. आणि त्या पायवाटांना जर नेहमीची उपमा दिली तर ठिकठिकाणी दिसणाऱ्या जलाशयांना सृष्टीचे आरसे म्हणून संबोधलं तर त्यात काय हरकत आहे, असंही कुणाला वाटलं असतं. खाली दिसणारी झुडपं बारीक गवतासारखी व झाडं झुडपासारखी विरक्त होती. त्या झोपड्यांच्या काही अंतरावर एक पांढरं शुभ्र देऊळ होतं. ते लहान मुलांच्या खेळण्यातील संगमरवरी देवळासारखं दिसत होतं. मधूनच काही टेकड्या दिसत. त्यांच्या दगडकपारीतून जी झाडं उगवलेली होती, ती एकदम खाली कोसळतील की काय, अशी क्षणोक्षणी भीती वाटावी इतकी ती कललेली होती.

हा सारा देखावा बघत असताना मुकुंदा इतका तन्मय झाला होता, की त्यांच्या मोटारीनं एकदम केव्हा वळण घेतलं, हेही त्याला कळलं नाही आणि ते घेत असताना तो सुनंदेच्या अंगावर कसा कलंडला, तेही त्याला समजलं नाही.

त्याला दोन्ही हातांनी सावरीत सुनंदेनं म्हटलं, "अजून झोप पुरी झाली नाही

वाटतं?''

भानावर येऊन मुकुंदानं उत्तर दिलं, ''झोपेत नव्हतो; पण तंद्रीत मात्र होतो.''

''कसली एवढी तंद्री लागली होती?''

''समोरच्या सृष्टिसौंदर्याची!''

त्याच्या या उत्तरावर पुढच्या बाजूला बसलेल्या शकुंतलेनं म्हटलं, ''समोरच्या सृष्टिसौंदर्याची नसेल; बसलेल्या सौंदर्याची असेल.''

तिच्या बोलण्यावर तो नकारार्थी मान हलवीत हसला आणि ते बघून सुनंदा मनस्वी लाजली.

शकुंतलेचे पती शंकरराव मोटार चालवीत होते. शकुंतलेचं वरील बोलणं ऐकून ते म्हणाले, ''हे पाहा, तसं काही असेल तर मध्ये पडदा लावावा लागेल.''

इतका वेळ गप्प असलेली सुनंदा मग म्हणाली, ''इतकी काही जरुरी नाही बरं का! तुम्हालाच जर पडद्याची जरुरी असेल तर लावा. आम्हाला नको.''

तिच्या या बोलण्यावर शकुंतलेनं चटकन म्हटलं, ''आमचं काय? आमचं आता जुनं झालं!''

तिचं हे बोलणं ऐकून सारीच जणं मनसोक्त हसली.

इतक्यात मोटारीचा वेग कमी कमी होत जाऊन त्यांची मोटार एका बाजूला होऊन थांबली.

मोटार त्या ठिकाणी थांबविण्याचं कारण शकुंतलेनं विचारलं तेव्हा शंकरराव म्हणाले, 'मुकुंदरावांना या ट्रिपमध्ये सूर्योदयाची आणि सूर्यास्ताची शोभा बघावयाची आहे. तेव्हा ज्या ठिकाणाहून उत्तम सूर्योदय दिसतो असं हे ठिकाण आहे.

असं म्हणून त्यांनी पूर्व बाजूकडे आपला हात दर्शविला. तेव्हा त्या बाजूला रक्तवर्ण उधळलेला त्यांना दिसला. सूर्योदयाला अगदी थोडाच अवधी होता. पूर्वेकडे ऐन क्षितिजावर काही ढग रेंगाळत होते. एखाद्या राजानं राजसभेत प्रवेश करण्यापूर्वी तेथील भालदार-चोपदार दूर सरून त्याला ज्याप्रमाणे वाट करून देतात, त्याप्रमाणे आगमनापूर्वी त्या रेंगाळणाऱ्या मेघांनी दूर सरून वाट करून दिली. मग दुतर्फा उभ्या असलेल्या त्या मेघांच्या रांगेतून वाट काढीत सूर्यबिंब जसंजसं वर येत चाललं, तसतसा त्या बिंबाचा रक्तवर्ण कमी कमी होत गेला. मग ते तेज डोळ्यांना सहन होईना. त्या सर्वांनी आपली नजर तिकडून काढली व दुसरीकडे लावली. प्रथम त्यांना काहीच दिसेना. पण नंतर जेव्हा त्यांना दिसू लागलं, तेव्हा एखाद्या जादूगारानं आपल्या किमयेनं आहे त्या गोष्टीत पालट पाडावा त्याप्रमाणे साऱ्या जीवसृष्टीवर पालट झालेला त्यांना दिसला. जणू काय सूर्याच्या सान्निध्यात साऱ्या सृष्टीला सुवर्णाचं स्वरूप प्राप्त झालं होतं.

त्यांची मोटार सुरू झाली आणि संकल्पित ठिकाणी येऊन पुन्हा थांबली.

खाली उतरल्यावर शंकरराव म्हणाले, ‘‘बरं चला. आता इथून आपापले मार्ग ठरल्याप्रमाणे भिन्न होणार!’’

आणि खरोखरच त्यांचं तसं ठरलं होतं.

मुकुंदाच्या आजारीपणामुळे पूर्वी त्यांची ट्रिप रद्द झाली होती. मुकुंदाचा आजार पंधरा दिवस वाढला होता आणि त्याच्या अंगात बराच अशक्तपणा आलेला होता. त्यामुळे त्यांची ट्रिप लांबली होती; त्याच्या अंगात जेव्हा ट्रिप करण्याजोगी शक्ती आली, तेव्हा लोणावळा भागात पाऊस पडण्यास प्रारंभ झाला होता. त्यामुळे पावसाळा सरेपर्यंत थांबणं जरूर होतं. पुढे त्यांना रजेच्या काही अडचणी आल्या. शेवटी नोव्हेंबर महिन्यात त्या दोघांना एकदम रजा मिळाली होती आणि शंकररावांच्या खासगी मोटारीतून ती सारी मंडळी लोणावळ्याच्या ट्रिपसाठी आली होती. हे थंडीचे दिवस त्या ट्रिपला अनुकूल नाहीत, या गोष्टीचाही त्यांनी विचार केला नव्हता. निर्सगाच्या सान्निध्यात, एकमेकांच्या सहवासात मनमुराद गंमत करायची, एवढाच हेतू त्या ट्रिपच्या मागं होता. त्यामुळे काल रात्री ट्रिपचा एकंदर आराखडा आखताना शंकरराव म्हणाले होते, ‘‘येथून आपण चौघे जण एकत्र जाऊ; पण त्या ठिकाणी गेल्यानंतर मात्र आपण दोन जोड्या पाडू आणि दोन दिशेनं जाऊ!’’

असं म्हणून त्यांनी आळीपाळीनं सुनंदाकडे आणि मुकुंदाकडे बघितलं होतं. त्यावर सुनंदा म्हणाली होती, ‘‘हे पहा, तुम्हाला जर आमची अडचण होत असेल तर तुम्ही वेगळे व्हा. आम्हाला काही तशी अडचण वाटणार नाही; उलट तुमच्या सहवासात आणखीनच मजा येईल.’’

तिचं बोलणं संपतं न संपतं तोच शकुंतलेनं म्हटलं होतं, ‘‘सुनंदे, माणसानं किनई इतकं खोटं बोलू नये. का उगाच खोटा आविर्भाव आणतेस? अगं, ‘दोघात मजा आणि तिघांत सजा’ अशा अर्थाची इंग्रजीत काही म्हण आहे ना? तीच खरी आहे!’’

शकुंतलेच्या या बोलण्यावर एकच हशा पिकला होता आणि शंकररावांचं म्हणणं त्या सर्वांनी मान्य केलं होतं.

बरंच अंतर चालून गेल्यावर एका ठिकाणी सुनंदा आणि मुकुंदा यांनी बसायचं ठरवलं. डोंगराच्या एका कपारीत असलेलं ते ठिकाण असं वाटत होतं, की जणू काय प्रेमिकांना आपल्या प्रेमाच्या गुजगोष्टी करता याव्यात म्हणूनच निसर्गानं ते ठिकाण मुद्दाम निर्माण केलं असावं. दोघांना चांगलं ऐसपैस बसता येईल अशी जागा तेथे होती आणि त्या ठिकाणाहून दिसणारा देखावाही किती भव्य होता!

इतका सुंदर देखावा मुकुंदानं यापूर्वी कधी बघितला नव्हता. सृष्टिसौंदर्याच्या त्या रम्य देखाव्याकडे बघत असताना त्याला एकसारखं वाटत होतं, ‘भव्यता हाच जणू या समोरच्या सौंदर्याचा आत्मा असला पाहिजे. तळापर्यंत धड नजरही पोचणार

नाही अशी ही भव्य दरी. तिच्या पाठीशी उभे असलेले ते भव्य डोंगर, वर दिसणारं ते भव्य नभोवितान- नव्हे, या ठिकाणी दिसणारी झाडं, त्यांना कवटाळणाऱ्या वेली, ठिकठिकाणी दिसणारे फुलांचे ताटवे, तेथून दिसणारे सूर्योदयाचे देखावे, त्या डोंगराडोंगरांमधून विसावणारे मेघ, त्यांच्यामधून होणारी पर्जन्यसृष्टी त्यामुळे दरीत निर्माण होणारे ओहोळ, त्या ठिकाणी अहर्निश वाहणारा वारा आणि त्याच्या योगानं दरीच्या अवकाशात निर्माण होणारं संगीत- या साऱ्या साऱ्या गोष्टी भव्य आहेत.'

एखाद्या बुभुक्षितानं पक्वान्नाकडे जशी आर्त नजर लावावी, त्याप्रमाणे त्याची नजर त्या सृष्टिसौंदर्याकडे लागली होती. त्यानं तेथून उजव्या बाजूकडे बघितलं आणि बराच वेळ तो तिकडेच बघत राहिला. त्या बाजूच्या डोंगरकड्यावरून एक बारीक जलौघ खाली दरीत कोसळत होता आणि त्यांचे पांढरे शुभ्र तुषार वर उडत होते. त्या जलौघावर नजर ठेवून तो सुनंदेला म्हणाला, "त्या ठिकाणाहून जे पाणी पडत आहे, ते बघितलंस का?"

त्यानं दर्शविलेल्या त्या दिशेकडे बघत तिनं जेव्हा होकारार्थी मान हलवली, तेव्हा तो हसत म्हणाला, "त्या पडणाऱ्या पाण्याला आणि तेथून उडणाऱ्या तुषारांना उपमा दे पाहू!"

त्याच्या बोलण्यावर ती खूपच हसली आणि म्हणाली, "उपमा द्यायला मी लेखिका नाही. पोस्टात साधी कारकुनीची नोकरी करते मी!"

तो म्हणाला "लेखक उपमा लिहितात; मी तुला उपमा द्यायला सांगतो आहे."

तिनं चटकन म्हटलं, "मला उपमा लिहिताही येत नाही आणि देताही येत नाही; फक्त ऐकता मात्र येते."

"मग ऐक तर!"

असं म्हणून त्यानं गंभीर चेहरा केला आणि म्हटलं "आपल्या प्रियकराशी एकांतात खेळत असताना सृष्टीच्या गळ्यातील मोत्यांचा सर तुटला आणि जे मोती ओघळले, ते त्या ठिकाणी दिसत आहेत."

त्यानं गंभीरपणानं दिलेली ती उपमा ऐकून सुनंदा हसत सुटली आणि आपलं हसू आवरल्यानंतर ती म्हणाली, "चुकली तुमची उपमा!"

"दुसऱ्यानं दिलेल्या उपमेत चूक मात्र काढता येते वाटतं?"

यावर ती आणखी हसली आणि म्हणाली, "हो हो, चूक काढता येते. मी आता सांगते माझी उपमा. दूर अंतरावर असलेल्या आपल्या वत्साला बघून सृष्टीरूपी कामधेनूला पान्हा फुटला आणि तिच्या सडांतून दुग्धरूपी अमृत स्रवू लागलं; ते त्या तुषारांच्या रूपानं तिथं दिसत आहे."

आता मुकुंदा हसत सुटला. त्याचं हसणं चालू असतानाच ती त्याच्याकडे बघत म्हणाली, "तुमच्यापेक्षा माझीच उपमा चांगली आहे. नाहीतर चला आपण

शकुंतलेला जाऊन विचारू.''

यावर नकारार्थी मान हालवीत मुकुंदा म्हणाला, ''छे, छे! दोघांत मजा आणि तिघांत सजा! इथंच बस. मला कबूल आहे तुझी उपमा चांगली आहे ते!''

त्या दोघांचा एकत्र फराळ झाल्यानंतर सुनंदेनं आपलं अंग जमिनीवर टाकलं; परंतु मुकुंदा मात्र अजून सगळीकडे बघत होता. आता सूर्य आकाशाच्या ऐन मध्यावर आलेला होता आणि सारं ऊन दरीत ठिकठिकाणी खेळत होतं. त्यामुळे दरीचा खालचा भाग आता स्पष्ट दिसत होता. एका ठिकाणी दरीच्या कडेला बरीच सपाट जमीन दिसत होती. त्या ठिकाणी जाण्याचा त्याला मोह झाला. त्यानं सुनंदेला म्हटलं, ''चलतेस? आपण त्या ठिकाणी जाऊ!'' त्याला तिच्याकडून उत्तर मिळालं नाही. तेव्हा त्यानं तिच्याकडे बघितलं. तिचा डोळा लागला होता.

तिच्याकडे न्याहाळून बघण्याचा मोह त्याला त्या क्षणी आवरता आला नाही. आपले दोन्ही तळवे आपल्या माथ्याखाली घालून ती उताणी निजली होती; आणि तिच्या अंगावरचं वस्त्र काहीसं अस्ताव्यस्त झालं होतं. दोन्ही हातांना घडी पडल्यानं दंडाचा मांसल भाग पुष्ट दिसत होता. अंगावरच्या पदराची पांढरी शुभ्र किनार शरीराच्या बरोबर मध्यभागी आली होती. त्याला वाटलं, दोन डोंगरामधून वाहणाऱ्या जलौघाची उपमा तिच्या पदराला द्यावी. तिच्या गळ्याचा बराच भाग उघडा दिसत होता; आणि तिच्या शरीराच्या इतर भागापेक्षा तो विशेष शुभ्र आहे असं त्याला वाटत होतं. तिनं आपले नेत्र मिटून घेतले होते. त्यामुळे जागेच्या अभावी बाहेर पडलेला तिच्या डोळ्यातील गुलाबी वर्ण तिच्या गालावर ओघळला आहे, असं त्याला वाटलं.

तिच्या या निद्रिस्त देहाकडे बघण्याचा मोह त्याला जरी अनावर झाला असला तरी त्याच्या मनात या क्षणी कोणतीही कुवासना नव्हती. काही क्षणापूर्वी ज्याप्रमाणे तो समोरचं सृष्टिसौंदर्य न्याहाळून बघत होता, त्याप्रमाणे या क्षणी तो तिचं हे सौंदर्य बघत होता. जणू समोर दिसणाऱ्या सृष्टिसौंदर्याच्या जागत्या पहाऱ्यात या ठिकाणी मोठ्या विश्वासानं पहुडलेली ती एखादी वनदेवताच होती आणि तिचं पावित्र्य राखणं हे जणू काय याचं काम होतं.

मग तिच्या निद्रिस्त देहाकडे बघत असताना त्याच्या मनात विचार आला, 'वस्तुतः जगातील कोणतंही सौंदर्य न्याहाळून बघण्यात पाप नाही. पाप हे नेहमी माणसाच्या वासनेत असतं.'

हा विचार त्याच्या मनात यायला आणि सुनंदा दचकून जागी व्हायला एकच वेळ आली. अस्ताव्यस्त स्थितीत निद्राधीन झालेली तरुणी उठल्याबरोबर ज्याप्रमाणे आपला पदर गोंधळून सावरते, त्याप्रमाणेच तिनं आपला पदर सावरला आणि ती पुन्हा पडून राहिली.

मुकुंदानं विचारलं, "अजून झोप झाली नाही वाटतं?"

आपली मान नकारार्थी हलवीत तिनं म्हटलं, "नाही. मला अजून थोडी झोप हवी आहे."

"आपण इथं झोपायला आलो नाही. चल ऊठ. आपल्याला त्या ठिकाणी जायचं आहे!"

त्यानं दाखविलेल्या दिशेकडे बघत तिनं म्हटलं, "नको बाई! मी खूप खूप दमले आहे. मला तिथपर्यंत चालवायचं नाही!"

"मी उचलून नेतो."

त्यानं असं म्हणताच ती "नको, नको" म्हणाली आणि आपल्या जागेवरच पडून राहिली.

काही वेळातच तिनं म्हटलं, "एका अटीवर मी तिथं येईन."

त्यानं तिच्याकडे प्रश्नार्थक मुद्रेनं बघितलं तेव्हा ती म्हणाली, "मला हात धरून उठवा."

असं म्हणून खरोखरच तिनं आपले दोन्ही हात वर केले.

तो तिचे हात धरून तिला उठविणार, इतक्यात तीच स्वतः उठून त्याच्याबरोबर चालू लागली.

चालताना तिनं म्हटलं, "या हात धरून उठविण्यावरून मला एक लहानपणची आठवण झाली."

त्यानं तिच्याकडे प्रश्नार्थक मुद्रेने बघितलं तेव्हा ती पुढे म्हणाली, "मी लहानपणी आईला असंच सांगत असे. सकाळी उठायला मला नेहमीच उशीर व्हायचा, आणि आई रागवायची. तेव्हा ती जवळ आली म्हणजे मी तिला म्हणायची, 'मला हात धरून उठव!' तिनं मग खरोखरच माझे हात धरायचे आणि मला उठवायचं."

"आज हात धरल्याशिवाय कशी उठलीस?"

या त्याच्या प्रश्नावर ती म्हणाली, "ती आई होती आणि तिनं हात धरले तर ते चालत होतं. परंतु तुम्ही..."

हे वाक्य तिनं अर्धवटच उच्चारलं आणि तिला वाटलं की आपण असं बोलायला नको होतं. परंतु ते वाक्य तिच्या तोंडातून बाहेर पडलं होतं आणि त्या बोलण्याचा मुकुंदावर होणारा परिणाम टळणारा नव्हता. मग त्याला खूष करण्यासाठी त्याला आवडेल असं खूप बोलणं ती पुढे बोलत राहिली होती. त्यानंतर तिनं त्याला आपल्या आईच्या अनेक आठवणी सांगितल्या होत्या.

तिच्या त्या आठवणी ऐकून त्यानं विचारलं, "तुझी आई कुठं असते?"

त्या प्रश्नाच्या अनुरोधानं तिनं त्याला आपल्या घरची सारी हकिगत सांगितली.

आपल्या पित्याच्या खाष्ट स्वभावाचं आणि आईच्या सहनशीलतेचं तिनं परोपरीनं वर्णन करून सांगितलं. मात्र ज्या तात्कालिक लग्नाच्या कारणाकरिता तिनं आपलं घर सोडलं होतं, ते कारण सांगण्याचं मात्र तिनं बुद्धिपुरस्सर टाळलं होतं. ती पुनः पुन्हा म्हणत होती.

"माझ्या वडिलांचं मन अतिशय कोतं आणि स्वभाव अतिशय त्रासदायक आहे; आणि त्यासाठी मला माझं घर सोडावं लागलं."

तिचं सारं बोलणं त्यानं शांतपणानं ऐकून घेतलं. कारण गेल्या चार-पाच महिन्यांत त्यांचं संघटन जरी पुष्कळ वाढलं होतं, तरी त्या दोघांना परस्परांच्या घराबद्दल फारच थोडी माहिती होती. क्वचितप्रसंगी घराचा विषय निघाला म्हणजे त्यावर बोलण्याचं दोघंही टाळत. त्यामुळे परस्परांच्या घराचा विषयच काढायचा नाही, असा त्या दोघांनी मनोमन संकेतच केला होता आणि त्याप्रमाणे ते वागले होते.

परंतु आजची गोष्ट काहीशी निराळी होती म्हणून म्हणा किंवा निसर्गाच्या सान्निध्यात माणसांचं अंतःकरण खुलासेवार बोलू लागतं म्हणून म्हणा, पण आज दोघांनीही आपापल्या घराची माहिती निःसंकोच मनानं परस्परांना सांगितली.

सुनंदेचं बोलणं ऐकून मुकुंदा म्हणाला, "आपण तरुण मंडळी या बाबतीत नेहमी एक चूक करतो असं मला वाटतं. आपली वडील मंडळी कोत्या मनाची असतात असं आपल्याला वाटतं. परंतु ते नेहमीच खरं नसतं. तो दोष कुणाचाच नसून, दोन पिढ्यांमध्ये जे अंतर असतं, त्या अंतराचा तो दोष आहे. म्हणजे पर्यायानं तो दोष दृष्टिकोणाचा आहे. अशा ठिकाणी आपण समजूतदारपणा धारण करावा आणि वडील मंडळींपुढे गप्प बसावं. त्यांना जगात असे किती दिवस काढायचे असतात? तेव्हा त्यांचा तो अल्पस्वल्प काळ प्रत्येक बाबतीत सुखाचा जावा, अशी दक्षता आपण तरुण मंडळींनी नेहमी घेतली पाहिजे. आमच्या दाजींचंही असंच मत असे."

मध्येच तिनं विचारलं, "दाजी कोण?"

"दाजी म्हणजे माझे वडील!"

असा आरंभ करून त्यानंही आपल्या घरची सारी- अगदी सारी- हकिगत सांगितली. शेवटी आपल्या पित्याची ज्या अमानुष तऱ्हेनं हत्या करण्यात आली होती, तो प्रसंग सांगताना त्याच्या अंगात आवेश आणि डोळ्यांत अश्रू आले होते. ती हकिगत सांगून झाल्यानंतर त्यानं सुनंदेकडे बघितलं. तिच्याही डोळ्यांत अश्रू उभे असलेले त्याला दिसले.

अगदी संध्याकाळी मोटारीतून परत जात असताना एक गोष्ट त्या दोघांच्याही लक्षात आली ती ही, की आजच्या प्रसंगानं आपण दोघंही अगदी जवळ आलो

आहोत; आणि आपली अंतःकरणं आता एकमेकांना चांगलीच समजली आहेत. आज अगदी सबंध दिवसभर तिच्याशी बोलताना मुकुंदानं पुनःपुन्हा तिच्या नावाचा एकेरी उल्लेख केला; तो इतका अभावितपणानं की ती गोष्ट त्याच्या ध्यानातही आली नाही. परंतु त्या गोष्टीनं तिनं जे समजायला हवं होतं ते ती समजली होती.

मुकुंदाच्या सान्निध्यात त्या निसर्गरम्य वातावरणात वावरताना तिला एकसारखं वाटत होतं- या ऐहिक जीवनात यापेक्षा माणसाला अधिक सुख ते काय मिळणार?

परंतु त्या तिच्या सुखावर विरजण पाडणारी गोष्ट दुसऱ्याच दिवशी घडली.

सहा

आज नेहमीपेक्षा अधिक उल्हसित वृत्तीनं सुनंदा आपल्या ऑफिसमध्ये गेली. तिच्या उल्हसित वृत्तीचं कारण अगदी उघड होतं. आदल्या दिवशीच्या ट्रिपच्या साऱ्या गोष्टी तिला आठवत होत्या; आणि त्या गोष्टींमधून तिला जो निर्वाळा हवा होता, तो तिला मिळाला होता. आपल्या घराचा असलेला आधार सोडून काहीशा निराधार परिस्थितीत ती आपलं जीवन एकाकी कंठत होती. ती जेव्हा पहिल्या प्रथम कल्याणला आली होती, तेव्हा तिची सारी परिस्थिती ऐकून तिच्या मैत्रिणीनं तिला सहानुभूती दाखविली होती आणि तिला आपल्या प्रेमाचा आधार दिला होता. परंतु कुणाच्याही केवळ सहानुभूतीचा विषय बनून आपण आपलं जीवन कंठावं, ही गोष्ट सुनंदेच्या स्वाभिमानी मनाला पटणारी नव्हती. आपद्धर्म म्हणून तिनं तिच्या सहानुभूतीचा जरी स्वीकार केला असला तरी त्या तिच्या सहानुभूतीच्या ओझ्याखालून आपण आपलं अंग काढून घ्यावं, असं तिला एकसारखं वाटत राहिलं होतं. तशी संधी आता तिला प्राप्त झाली होती. मुकुंदाचा आधार आता आपल्याला आज ना उद्या खचित लाभेल असं तिला वाटावं, अशा गोष्टी कालच्या ट्रिपमध्ये घडल्या होत्या. त्या साऱ्या गोष्टी आज तिला आठवत होत्या आणि म्हणून आज ऑफिसमध्ये तिनं प्रवेश केला तो उल्हसित मनोवृत्तीतच!

परंतु ही तिची वृत्ती मधल्या सुट्टीपर्यंतच कायम टिकली. आपल्या नेहमीच्या रिवाजाप्रमाणे ती तिच्या ठरलेल्या हॉटेलमध्ये चहा घेण्यासाठी गेली. त्या हॉटेलमध्ये बसण्याची तिची जागाही ठरावीक होती; आणि त्या ठिकाणी ती बसल्यावर तिची चहाची ऑर्डर घेण्यासाठी जो बॉय येत असे, तोही ठरावीकच होता. ती मधल्या सुट्टीत चहाखेरीज दुसरं काहीच घेत नसे आणि तरीही तो बॉय रोज तिच्याजवळ येऊन विचारीत असे, 'काय हवं?' ती त्याला हसून सांगे, 'चहा!' मग तो तेथूनच ओरडत असे, 'एक सिंगल चहा!' आणि चहा येईपर्यंत तो तिच्या हातात एखादं वर्तमानपत्र आणून देई. या रिवाजाप्रमाणे आजही साऱ्या गोष्टी घडल्या.

त्यानं आणून दिलेल्या वर्तमानपत्रातील एका मजकुरावर जेव्हा सुनंदेची नजर गेली तेव्हा त्या ठिकाणची सारी अक्षरं तिला एकदम सारवल्यासारखी दिसू लागली;

आणि पुढे तिच्या डोळ्यांसमोर जी अंधारी आली, ती बराच वेळ गेली नाही. तो मजकूर असा होता :

"प्रिय सुनंदा,

तू अजूनही घरी आली नाहीस हे पाहून आम्हा सर्वांना भयंकर दुःख होत आहे. तू गेल्यापासून मी एक वेळचं अन्न जवळ जवळ वर्ज्य केलं आहे. आणि गेला सबंध महिना तर मी अंथरुणावर पडूनच आहे. रोज तुझ्या वाटेकडे डोळे लावून बसतो. आणि तू आली नाहीस म्हणजे माझ्या मनाची जी निराशा होते, तिचं वर्णन करून सांगणं शक्य नाही. आणि अशा स्थितीत मी आणखी किती दिवस कंठू शकेन कुणास ठाऊक ! आपला मृत्युशय्येवरचा पिताच आपल्याला उद्देशून हे लिहीत आहे असं समज आणि जिथे असशील तिथून ताबडतोब निघून ये. डोळ्यांत प्राण आणून मी तुझी वाट बघत आहे. सुनंदे, मी खरोखरच रागावलो नाही; पण आता तुला हे पटवून कसं देऊ? तू घरी ये. तुझं सारं सारं मी ऐकेन आणि मग तूच म्हणशील की आपले बापू खरंच रागावले नाहीत.

-तुझा मृत्युशय्येवरील पिता,

बापू!

आपल्या ऑफिसमधील खुर्चीवर बसून ती परत आपल्या कामाला लागली. परंतु तिचं लक्ष काही केल्या आपल्या कामात लागेना. तिला पुनःपुन्हा मुकुंदाचे कालचे काही शब्द आठवत होते. तो काल तिला सांगत होता, 'आपली वडील मंडळी कोत्या मनाची असतात, असं आपल्याला वाटतं; परंतु ते नेहमीच खरं नसतं. त्यांच्यापुढे आपण समजूतदारपणा धारण करावा आणि गप्प बसावं. त्यांना जगात असे किती दिवस काढायचे असतात? तेव्हा त्यांचा तो अल्पस्वल्प काळ प्रत्येक बाबतीत सुखाचा जावा, अशी दक्षता आपण तरुण मंडळींनी नेहमी घेतली पाहिजे.'

तशी दक्षता तिनं घेतली होती का?

आपल्या वडिलांच्या तशा स्वभावाची छाननी करताना तिच्या डोळ्यांसमोर नेहमी तिच्या थोरल्या भावाची- मुरलीधराची- मूर्ती येत असे. आपला तो मुलगा चांगला निघावा यासाठी त्यांनी केलेली परोपरीची खटपट तिला माहीत होती; परंतु त्या दिवट्या चिरंजीवानं त्यांच्या कोणत्याच आशा सफल केल्या नव्हत्या. त्याच्या बाबतीत जेव्हा त्यांच्या सर्व आशा अगदी करपून गेल्या, तेव्हा त्यांनी त्याला वाऱ्यावर सोडून दिलं खरं; परंतु तेव्हापासून त्यांच्या मनात एक प्रकारची अढी

उत्पन्न झाली; आणि घरात ते या ना त्या कारणानं एकसारखे संतापू लागले.

या साऱ्या गोष्टी तिला आताही आठवल्या, आणि आपल्या पित्याची तिला कीव येऊ लागली; परंतु त्याहीपेक्षा मुरलीधराबद्दल तिच्या मनात अनावर संताप उत्पन्न झाला- 'हा कार्टा या साऱ्या गोष्टींना जबाबदार आहे!' असा उद्‌गार तिच्या अंतःकरणात पुनःपुन्हा उठू लागला.

परंतु त्यामुळे परिस्थिती थोडीच बदलणार होती? मृत्युशय्येवर असलेला तिचा पिता मोठ्या आर्त स्वरानं तिला हाक मारीत होता. या सत्य गोष्टीकडे दुर्लक्ष करून थोडंच चालणार होतं?

आपल्या वडिलांचं या दुखण्यात जर काही बरंवाईट झालं तर त्या गोष्टीला आपणच जबाबदार ठरणार आहोत, ही गोष्ट तिला भेडसावू लागली. या विचारामुळे कामातून तिचं लक्ष पार उडालं.

आणि संध्याकाळी कल्याणच्या लोकलमध्ये जेव्हा ती बसली, तेव्हा तिचा स्वतःच्या मनावरचा ताबाही पार उडून गेला. तिच्या डोळ्यांतून एकसारखे अश्रू वाहू लागले.

ते बघून मुकुंदा आश्चर्यचकित झाला. त्याच प्रश्नार्थक नजरेनं जेव्हा त्यानं तिच्याकडे बघितलं, तेव्हा तिनं आपल्या हातातील वर्तमानपत्र त्याच्याजवळ दिलं आणि त्या मजकुरावर आपलं बोट ठेवलं.

तिनं दाखविलेला तो मजकूर त्यानं भराभर वाचून काढला; आणि म्हटलं, 'तरी मला वाटलंच!''

त्याची एक पूर्वीची आठवण खडबडून जागा झाली. यापूर्वी आपल्या आगगाडीच्या प्रवासात आपण ज्या हरवलेल्या मुलीचा फोटो वर्तमानपत्रात पाहिला होता, ती मुलगी म्हणजे सुनंदाच असली पाहिजे या गोष्टीबद्दल त्याची खात्री झाली आणि त्याच्या वरील उद्‌गारांतही तोच अर्थ भरला होता.

आपले अश्रू पुसून तिनं मुकुंदाकडे बघितलं. तेव्हा तो तिला म्हणत होता, ''तुला आता ताबडतोब घरी गेलं पाहिजे.''

तिनं आपला हात वर करून म्हटलं, ''थांबा. इथे आता काहीच बोलू नका.. बागेत जाऊन आपण सारं सारं ठरवून टाकू.''

त्या दोघांनी बागेत प्रवेश केला तेव्हा अगदी संध्याकाळ झाली होती. सूर्य मावळून बराच वेळ झाला होता. पश्चिम दिशेला काहीसा तांबूस प्रकाश मात्र अजूनही दिसत होता. त्या अंधूक प्रकाशावर झडप घालण्यासाठीच की काय, असंख्य पक्षी त्या दिशेकडे झेप टाकीत चालले होते. त्या उडणाऱ्या पक्ष्यांकडे बोट दाखवीत मुकुंदा तिला म्हणाला, ''थोडासा प्रकाश दिसला की त्या दिशेकडे धावत सुटायचं, हा जणू या पक्ष्यांचा धर्म दिसतो. परंतु त्यांना कळत नाही, की तेथे दिसणारा प्रकाश

हा क्षणिकच टिकणारा आहे. त्या ठिकाणी काही वेळानंतर त्यांना अंधार दिसला म्हणजे बिचाऱ्यांची जी फसगत होईल, तिला पारावार उरणार नाही.''

मुकुंदा हे सारं काय बोलत आहे हे तिला प्रथम मुळीच कळेना. म्हणून ती त्यांच्याकडे नुसती बघतच राहिली.

तो पुढे बोलू लागला. तो म्हणाला, ''त्या पक्ष्यांची गोष्ट कशाला; परंतु माणसांचीही तीच गत होत चालली आहे. तात्पुरत्या प्रकाशाच्या मागं धावत सुटायचं आणि शाश्वतच्या सुखाला पारखं व्हायचं....''

तरीही सुनंदेला त्याच्या बोलण्याचा रोख समजला नाही. ती त्याला विनोदानं म्हणणार होती, 'आज तुम्ही हे असंबद्ध भाषण तर करीत नाही ना?' पण इतक्यात तोच पुढे बोलू लागला, ''आपल्या पायापुरतं बघण्याची प्रवृत्ती आजच्या जगात फारच वाढत चाललेली आहे. 'माझं कल्याण... माझं कल्याण' असं म्हणत माणूस थेट आपल्या अकल्याणाच्या मार्गाकडे धावत सुटला आहे. त्या ठिकाणी येईपर्यंत त्याला वाटतं, की आपलाच मार्ग बरोबर आहे; परंतु प्रत्यक्ष त्याच्या अनुभवास मात्र निराळंच येतं.''

आणि काही वेळ थांबून तोच पुढे म्हणाला, ''काहीना वाटतं, की आपले वडील खाष्ट स्वभावाचे आहेत. आपल्याला ते अकल्याणाच्या मार्गाकडे नेत आहेत. तेव्हा आपण त्यांचं न ऐकता खुशाल आपलं घर सोडून पळून जावं. परंतु त्यांची ही कल्पना सर्वस्वी चुकीची असते, या गोष्टीची मात्र त्यांना कल्पना नसते; आणि ती कल्पना जेव्हा येते, तेव्हा त्याचा काहीच उपयोग नसतो.''

मुकुंदाचं हे सारं बोलणं केवळ आपल्यावरून चाललं आहे, ही गोष्ट तिला आता समजली. आपल्या वडिलांचा स्वभाव चमत्कारिक आहे या एकाच गोष्टीसाठी आपण आपलं घर सोडलं, अशी त्याची समजूत होती. तिचं लग्न तिच्या इच्छेविरुद्ध एका उडाणटप्पू मुलाशी लावण्याचा घाट तिच्या वडिलांनी घातला होता, ही गोष्ट आतापर्यंत तिनं मुकुंदापासून लपवून ठेवली होती. परंतु त्या गोष्टीचा स्फोट करण्याची पाळी आज आलेली होती. नाहीतर मुकुंदाचा तिच्याबद्दल निष्कारण गैरसमज होणार होता आणि नेमकी तीच गोष्ट तर तिला नको होती.

तिनं आपली सारी हकिगत त्याला सांगितली : आणि ती सांगून झाल्यानंतर तिनं म्हटलं, ''आता सांगा, घर सोडण्यावाचून मला दुसरं गत्यंतर होतं का?''

त्यानं आपली मान होकारार्थी हलवली. तेव्हा तिला मनस्वी आश्चर्य वाटलं. मुकुंदा म्हणाला, ''माझ्याही आयुष्यात असा प्रसंग एकदा आला होता. मला न कळत दाजींनी माझं लग्न ठरवलं. परंतु आयुष्यात स्वतःच्या पायावर स्थिर झाल्याशिवाय लग्नाच्या भानगडीत पडायचं नाही, असं मी त्यांना सांगितलं. माझं म्हणणं ऐकून ते भयंकर संतापले. माझ्याबरोबर अलीकडच्या तरुणांना लाखो शिव्या त्यांनी मोजल्या.

परंतु मी अगदी शांत होतो. पुढे त्यांचाही राग हळूहळू शांत होत गेला आणि नंतर तेच साऱ्यांना कौतुकानं सांगत सुटले. "आमच्या मुकुंदासारखं तत्त्व हवं. स्वतःच्या पायांवर उभं राहिल्याशिवाय तरुणानं लग्नच करता कामा नये.' आणि..."

मध्येच सुनंदा म्हणाली, "दाजींना पटलं म्हणून अशा गोष्टी आमच्या बापूंना पटल्या असत्या हे म्हणणं काही खरं नाही. आमच्या बापूंचा स्वभाव भारी भारी हट्टी आहे..."

यावर मुकुंदानं म्हटलं, "आमच्या दाजींचा, तुमच्या बापूंचा, इतकंच काय पण साऱ्या वडील मंडळींचा स्वभाव साधारण हट्टी असतोच. मी मागेच तुला सांगितलं नाही का, हा त्यांच्या वयाचा परिणाम असतो. अशा वेळी आपण तरुणांनी एकच गोष्ट केली पाहिजे ती ही, की ते आपल्या अशा गोष्टीवर रागावले म्हणजे त्या वेळेपुरतं आपण अगदी गप्प बसायचं. मग त्यांनाच वाटू लागतं की, मुलं आपल्यापुढे मुळीच तोंड वर करून बोलत नाहीत. आपल्या ऐकण्यातली मुलं आहेत; आणि ही माणसं मग इतक्यावरच थांबत नाहीत. तर जो कोणी त्यांना भेटेल त्याला कौतुकानं सांगत सुटतात, की आमची मुलं अगदी आज्ञाधारक आहेत. तुमची मुलं कशी काय आहेत हो? आणि मौज ही, की मग आपण त्यांना जे सांगू ते त्यांना भराभर पटायला लागतं."

तो थांबला तेव्हा जी शांतता पसरली ती तिला अतिशय चमत्कारिक वाटली. बागेत आता कुणीही नव्हतं. माळ्यानं सारे दिवे विझवले होते. दिवे विझविण्यापूर्वी तो माळी त्यांच्याजवळ आला होता आणि त्या दोघांना त्यानं विचारलं होतं, "अजून घरी जाण्याची वेळ झाली नाही का?"

मुकुंदानं आपल्या मनगटावरील घड्याळाकडे बघून म्हटलं होतं, "झालीच वेळ! अजून अर्धा तास बसलो तर चालेल का?"

यावर माळी म्हणाला होता, "तुम्ही वाटल्यास अर्धा तास बसा; परंतु बागेतील दिवे मात्र मी आता ठेवणार नाही."

मग सारे दिवे विझवून बागेच्या एका कोपऱ्यात एक बारीक आगटी पेटवून तो माळी शेकत बसला. त्या आगटीचा उजेड बागेला काहीसा भयानकपणा आणीत होता.

बराच वेळ गेल्यानंतर सुनंदानं विचारलं, "मग मी काय करू म्हणता?"

मुकुंदा म्हणाला, "मी मघाशीच सांगितलं की तुला आता ताबडतोब घरी गेलं पाहिजे."

"जाते... उद्याच जाते." हे शब्द तिनं अशा तऱ्हेनं उच्चारले, की तिच्या घशाला त्या शब्दांच्या उच्चारानं कोरड पडत आहे असं वाटावं. मग मुकुंदानंच तिला विचारलं, "नोकरी सोडून जाणार का?"

"तुम्ही सांगत असाल तर नोकरी सोडूनही घरी जाईन."

या तिच्या बोलण्यावर मुकुंदा म्हणाला, "घरी जाऊन तिथल्या परिस्थितीवरून त्या गोष्टीचा निर्णय घ्यावा लागेल. घरी जा आणि आपल्या वडिलांच्या म्हणण्याप्रमाणे वाग."

"लग्नाच्या बाबतीतसुद्धा त्यांच्या म्हणण्याप्रमाणे वागू?"

मुकुंदा म्हणाला, "त्या बाबतीत त्यांच्या म्हणण्याप्रमाणे वागण्याची पाळी बहुधा येणार नाही; परंतु तशी पाळी आलीच तर जरूर तसं वाग...

तिला मुकुंदाच्या या बोलण्याचा भयंकर राग आला. परंतु त्या रागापेक्षा तिच्या मनात जी शंका आली ती त्याहीपेक्षा भयंकर होती.

मुकुंदाचं आपल्यावर प्रेम नाही म्हणून तर तो असं बोलला नसेल?

ही अत्यंत क्लेशकारक शंका तिच्या मनात आली आणि याच वेळी त्या शंकेचं निरसन करून घेणं तिला आवश्यक वाटलं..

आपल्या डोळ्यांत जमा झालेले अश्रू तिनं आपल्या हातातील छोट्या रुमालानं टिपले आणि मुकुंदाकडे बघत तिनं म्हटलं, "मग मी नाही जाणार घरी!"

त्याची प्रश्नार्थक मुद्रा आगटीच्या त्या अंधूक प्रकाशात तिला स्पष्टपणानं दिसत होती.

मग ती पुन्हा म्हणाली, "लग्नाच्या बाबतीत मी त्यांचं म्हणणं कसं ऐकू? ती गोष्ट ऐकणं आता माझ्या हातात आहे का? ती गोष्ट आता तुमच्या हातात आहे!"

असं म्हणून तिनं मुकुंदाचा उजवा हात आपल्या हातात घेतला आणि तो घट्ट धरून ठेवला. मग तिनं तो हात आपल्या डोळ्यांकडे नेला आणि म्हटलं, "हे अश्रू पुसणं अगर न पुसणं ही गोष्ट आता सर्वस्वी या तुमच्या हातात आहे. पुसा ते अश्रू नाही तर मला खूप खूप रडणं भाग पडेल."

तिला पुढे बोलवेना तेव्हा तिचे अश्रू पुसत मुकुंदानं म्हटलं, "वेडी कुठली! रडायला काय झालं?"

"मग काय हसू?"

"हो हो, हास! ते बघ, ते बघ आलं हसू!"

असं म्हणून त्यानं तिचा एक गालगुच्चा घेतला. मग ती लाजून हसली आणि जे काय समजायचं ते समजली.

बागेतून बाहेर पडताना अंधारामुळे काही दिसत नव्हतं. मघाशी माळ्यानं पेटविलेली आगटी आता अगदी विझून गेली होती; आणि त्या आगटीचे जे निखारे उरले होते, ते लांबून इसापनीतीत वर्णन केलेल्या राक्षसांच्या डोळ्यांसारखे लालबुंद दिसत होते. थंडीचा कडाका वाढला होता आणि अंधाराचं ऊबदार कांबळं पांघरून सारी सृष्टी जणू काही शांतपणानं झोपी गेली होती. त्या अंधारातही दूरवर दिसणारे

प्रचंड वृक्ष इतके स्थिर दिसत होते, की जणू काही एखाद्या चित्रातच ते चितारले आहेत. बागेतून बाहेर पडल्यानंतर रस्त्यावर दिसणारे दिवेही इतके अंधूक विरक्त होते, की जणू कडक थंडीनं त्यांची प्रज्वलित शक्ती क्षीण झालेली आहे आणि आपला जीव कसाबसा तगवून धरून ते त्या ठिकाणी उभे आहेत.

त्या दिव्यांच्या क्षीण प्रकाशात जेव्हा मुकुंदाला कळून आलं, की सुनंदेचं अंग थंडीनं अगदी काकडून गेलेलं आहे तेव्हा आपल्या अंगातील ऊबदार कोट त्यानं तिच्या अंगाभोवती लपेटला आणि तिच्याकडे बघून तो हसला. काही वेळानं त्यानं विचारलं, "आता थंडी वाजते का?"

तिनं म्हटलं, "हो, वाजते."

"मग आता काय करू?"

"हा कोट आता तुमच्या अंगावर घ्या. म्हणजे माझी थंडी कमी होईल."

तिच्या बोलण्यातील अभिप्राय जाणून त्याला फार बरं वाटलं. त्या तिच्या शब्दांनीच की काय कुणास ठाऊक; पण त्याच्या अंगात खरोखरच ऊब आल्यासारखं त्याला वाटलं. कारण असले शब्द यापूर्वी त्याच्या आयुष्यात त्याला कधी ऐकायला मिळाले नव्हते.

तो हिरवा बंगला, त्याच्या शेजारचा तो बैठा बंगला आणि त्यांच्यामधून जाणारी ती बारीक पायवाट चालून गेल्यानंतर त्या दोघांचे मार्ग वेगळे होणार होते. त्या ठिकाणी आल्यानंतर मुकुंदा तिला म्हणाला, "मग उद्या तू जाणार ना?"

सुनंदा म्हणाली, "होय, पण प्रथम ऑफिसमध्ये जाऊन मला रजा घेतली पाहिजे. ती घेऊन मी जाणार!"

ती घरी जायला तयार झाली; परंतु दुसऱ्या दिवशी दुपारपासून जणू काही निसर्गाचा कोप होऊन घरी जाण्याचा तिचा मार्ग अजिबात बंद झाला.

सात

घरी परत जाण्याचा आपला विचार पक्का करून सुनंदेनं ऑफिसमध्ये रजेचा अर्ज दिला आणि त्याप्रमाणे तिला रजाही ताबडतोब मिळाली. ऑफिसमधून परस्परच पुण्याला जाण्याच्या तयारीनं ती आली होती. त्याप्रमाणे बरोबर पाच वाजता तिनं आपलं काम संपवलं आणि ती बाहेर पडणार तो काय?

बाहेर सृष्टीमध्ये केवढा फरक झालेला तिला दिसला! आकाशात काळ्याकुट्ट मेघांची नुसती गर्दी झाली होती आणि सर्वत्र वारा घोंघावत असून तो आगामी संकटाची सूचना देत होता. थोड्याच अवकाशात त्याची ती सूचना खरी ठरली होती. मुसळधार पाऊस कोसळू लागला. आणि आसमंतात तुफानी वादळाचं तांडवनृत्य सुरू झालं. या अभूतपूर्व झंझावाताच्या तडाख्यानं सारं मुंबई शहर विकलांग होऊन जाईल, अशी भीती निर्माण झाली.

आपल्या ऑफिसच्या व्हरांड्यात येऊन सुनंदेनं बाहेर नजर टाकली. तेव्हा समोरचे सारे रस्ते पाण्यात बुडून गेलेले तिला दिसले. त्यामुळे भराभर सारी रहदारी बंद पडली आणि रस्त्यावरून चालणाऱ्या माणसांनी समोर दिसेल त्या इमारतीचा आश्रय पत्करला.

तिनं आकाशाकडे बघितलं तेव्हा सारं आकाश पृथ्वीवर कोसळत आहे असा भास तिला होऊ लागला. तिनं पुन्हा आपली नजर समोर लावली, तेव्हा तिला जिकडे तिकडे पाण्याशिवाय दुसरं काहीच दिसेना. वर दिसणारं आकाशाचं रौद्र स्वरूप आणि समोर दिसणारं पृथ्वीचं जलमय स्वरूप बघून तिला वाटलं की, या पृथ्वीवरील जीवसृष्टी नष्ट होऊन गेलेली आहे आणि त्या ठिकाणी पंचमहाभूतांचं तांडवनृत्य सुरू झालेलं आहे.

तिनं मनात म्हटलं, 'आता पुण्याला जाणं कसं शक्य होणार?' –

आत जाऊन ती पुन्हा आपल्या जागेवर बसली, तेव्हा सारे दिवे बंद झाले होते आणि जिकडे तिकडे अंधार पसरलेला होता. त्या अंधारात सारे लोक अशा भीतीनं बसलेले दिसत होते, की जणू तो अंधःकार क्षणार्धातच त्या सर्वांचा ग्रास घेणार आहे आणि त्यांची जीवितं नष्ट होणार आहेत.

नंतर जेव्हा ती व्हरांड्यात आली, तेव्हा पर्जन्यसृष्टीचा जोर थोडा कमी झालेला होता; मात्र वादळाचा जोर बराच वाढला होता. आता काय करायचं या विचारात ती असतानाच, मुकुंदा एकदम तिच्यासमोर येऊन उभा राहिला. प्रथम तिनं त्याला मुळीच ओळखलं नाही. कारण त्याचे भिजलेले कपडे त्याच्या सर्वांगाला चिकटलेले होते आणि त्याचे सारे केस ओलेचिंब होऊन कपाळावर उतरले होते.

तिनं जेव्हा त्याला ओळखलं तेव्हा ती घाबऱ्या घाबऱ्या त्याला म्हणाली, ''हे काय? किती भिजलात?''

असं म्हणून तिनं त्याला एका बाजूला नेलं आणि आपला पदर त्याच्या डोक्यावर टाकीत म्हटलं, ''हं! पुसा ते केस!''

तिचं हे करणं एरवी चमत्कारिक वाटण्याजोगं होतं; परंतु ती वेळच अशी होती की, त्या वेळी प्रत्येक जण आलेल्या संकटाचा विचार करत होता आणि त्यामधून बाहेर पडण्याचा मार्ग शोधत होता.

तिच्या पदरानं आपले केस पुसल्यानंतर तो तिला म्हणाला, ''माझे केस कोरडे झाले; पण तुझा हा पदर मात्र ओला झाला.''

तिनं चटकन म्हटलं, ''माझ्या पदराचं एवढं काय; पण तुमचे सारे कपडेच ओले झाले आहेत. आता काय करणार? कशाला आलात एवढे भिजत?''

''तुझ्याकरिता!''

असं म्हणून तो हसला तेव्हा तिला बरं वाटलं.

काही वेळानंतर तो पुढे म्हणाला, ''खरंच तुझ्याकरिता धावत आलो. कारण या वादळानं जिकडे तिकडे हाहाकार उडवलेला आहे. ठिकठिकाणची झाडं व घरांची छपरं या वादळात जमीनदोस्त झाली आहेत. तारेचे आणि विजेचे खांब कोसळून पडले आहेत. त्यामुळे वीजपुरवठा बंद पडला आहे. लोकल गाड्या आणि ट्रॅम्सही बंद पडलेल्या आहेत.''

तो थांबला तेव्हा भीतियुक्त चेहरा करीत तिनं म्हटलं, ''आता?''

''आता काय? मुंबईतच राहायचं, मिळेल ते खायचं आणि जागा असेल तिथं झोपायचं!''

संध्याकाळ टळून गेल्यानंतर पाऊस थांबला आणि वादळाचंही उग्र स्वरूप हळूहळू कमी होत चाललं. पाऊस थांबण्यापूर्वी पश्चिम क्षितिजावर थोडीशी फट दिसू लागली आणि त्या फटीतून थोडासा प्रकाशही बाहेर पडू लागला. दशदिशा संकटांनी धुंद झाल्यानंतर दिसणाऱ्या त्या प्रकाशाकडे बघून साऱ्या लोकांना हायसं वाटू लागलं, आणि सर्व लोकांनी त्या दिशेकडे मोठ्या आशेनं आपली नजर लावली. हळूहळू ती फट मोठी होऊ लागली. पुढे त्या फटीतून प्रकाश येण्याचं बंद झालं. परंतु पर्जन्यसृष्टी मात्र थांबली होती; आणि वादळाचा जोरही कमी कमी

होत गेला होता.

पाऊस पुरता थांबला तेव्हा मुकुंदा म्हणाला, "चला, आता आपण बाहेर पडू."

"कुठे?"

सुनंदाच्या या प्रश्नावर त्यानं म्हटलं, "वाट फुटेल तिकडे!"

आणि खरोखरच वाट फुटेल तिकडे ते चालू लागले. झालेल्या वादळानं रस्त्यावर इतकी नासधूस करून टाकली होती, की पूर्वीच्या वाटा जवळ जवळ शिल्लकच उरल्या नव्हत्या. ट्रॅम्सचे रूळ वेडेवाकडे होऊन पडले होते. त्यावर तारांचे खांब कोसळले होते आणि त्यांच्या तारा वाट फुटेल तिकडे विखुरल्या होत्या. झाडांच्या फांद्यांनी तर रस्ता इतका आच्छादला होता, की जणू काय एखाद्या निर्जन जंगलातून आपला मार्ग काढीत चालल्याचा भास त्यांना होत होता.

त्या अडचणीच्या रस्त्यातूनही एक व्हिक्टोरिया चाललेली मुकुंदानं बघितली, तेव्हा त्यानं त्या व्हिक्टोरियावाल्याला थांबण्याची खूण केली आणि गिरगावात जाण्याचं भाडं विचारलं. तेव्हा तो म्हणाला, "दस रुपिया!"

मुकुंदानं त्याच्याकडे आश्चर्यानं बघत विचारलं,

"काय! दहा रुपये एकदम पाचपट?"

"होय साहेब, रस्ता बघितलात ना?"

आणि एक क्षणही न थांबता त्यानं आपली व्हिक्टोरिया पुढे हाकारली तेव्हा मुकुंदा म्हणाला, "हीच वेळ आहे तुम्हाला काळा बाजार करण्याची! इतकं भाडं मागायला लाजही वाटत नाही!"

मग काहीशा त्रस्त नजरेनं त्यानं सुनंदाकडे बघितलं तेव्हा ती म्हणाली, "अहो जाऊ द्या! आपण चालतच जाऊ. आता येईल गिरगाव!"

परंतु गिरगावात जायला त्यांना बराच वेळ लागला. त्या वेळी अंधार पडला होता आणि एखाद्या दूरच्या घरातून दिसणारा मेणबत्तीचा प्रकाश क्षितिजावर चमकणाऱ्या एखाद्या ताऱ्याप्रमाणे वाटत होता. सारी जनता गांगरून गेली होती; आणि स्तब्ध झाली होती. त्यामुळे सृष्टीवरील या भागात कधी मनुष्यवस्ती झालीच नाही, असं वाटत होतं. बरंच अंतर चालून गेल्यावर त्यांना एका दुकानासमोर बरीच गर्दी दिसली. त्या ठिकाणी गेल्यानंतर मेणबत्ती विकत घेण्यासाठी ही सारी गर्दी उसळली आहे, असं त्यांना आढळून आलं.

मुकुंदानं खिशात हात घालून पैसे काढले आणि एक मेणबत्तीची किंमत विचारली. दुकानदारानं घाईतच उत्तर दिलं, "चार आणे!"

मग काही पावलं तो पुढे सरकला आणि त्यानं पुढल्या दुकानात मेणबत्तीची चौकशी केली. तो दुकानदार जरा थाटातच म्हणाला, "माझ्याजवळ भिकार मेणबत्ती

नाहीत. एका मेणबत्तीची किंमत आठ आणे पडेल.''

मुकुंदा तेथून परतू लागला तेव्हा तो दुकानदार म्हणाला, ''साहेब, ही वेळेची किंमत आहे!''

मुकुंदा मनात म्हणाला, ''होय! आणि म्हणूनच तुम्ही गरजू गिऱ्हाइकांना अशा वेळी नडता आहात! एका आण्याची मेणबत्ती...''

तो पुन्हा पहिल्या दुकानासमोर आला. त्यानं खिशातून चार आणे काढले आणि त्या दुकानासमोर फेकले व म्हटलं, ''द्या एक मेणबत्ती! ''

दुकानदार हसला आणि म्हणाला, ''मघाशीच तुम्ही घ्यायला हवी होती. आता मेणबत्त्या संपल्या.''

परंतु काही वेळ थांबून तो म्हणाला, ''पण थांबा हं! आत जाऊन बघतो!''

आत जाऊन त्यानं एक जुनाट मेणबत्ती आणली, ती मुकुंदासमोर धरीत तो म्हणाला, ''एक सापडली; पण ती भारीपैकी आहे. तिची किंमत सहा आणे पडेल.''

काही एका चमत्कारिक नजरेनं त्यानं त्या दुकानदाराकडे बघितलं आणि मुकाट्यानं खिशात हात घालून त्यानं आणखी दोन आणे काढले आणि सहा आणे देऊन त्यानं ती मेणबत्ती विकत घेतली.

थोडं अंतर चालून गेल्यानंतर तो सुनंदेला म्हणाला, ''पहिलीस ना या लोकांची ही प्रवृत्ती! राष्ट्राची एकंदर दानतच कमी होत चालली आहे. स्वातंत्र्य मिळाल्यानंतर वास्तविक ती वाढायला हवी होती; परंतु दुर्दैवानं तशी गोष्ट घडत नाही. आपत्तीच्या या प्रसंगी वस्तुतः साऱ्यांनीच सहकार्य करायला हवं; परंतु लोकांवरील आपत्ती म्हणजे काळा बाजार करण्याची उत्तम संधी, असंच हे लोक धरून चालतात आणि त्याप्रमाणे वागतात.''

परंतु मुकुंदाच्या या बोलण्याकडे सुनंदेचे फारच थोडं लक्ष होतं. ठरल्याप्रमाणे तिला आज पुण्याला जाता आलं नव्हतं. निसर्गानं जणू काय दावा साधला होता; आणि आपल्या मृत्युशय्येवरील पित्याला भेटण्याचा तिचा मार्ग अजिबात बंद करून टाकला होता. त्यामुळे तिचं मन खट्टू झालं होतं आणि ती आपल्या विचारात सर्वस्वी गढून गेली होती.

गिरगावातील एका तीन मजली इमारतीसमोर जेव्हा मुकुंदा थांबला, तेव्हा ती आपल्या विचारातून जागी झाली आणि तिनं मुकुंदाला विचारलं, ''का थांबलात?''

समोरच्या पिवळ्या इमारतीकडे बोट करून मुकुंदा म्हणाला, ''या इमारतीत गोखले वकील राहतात. ते माझ्या चांगल्या ओळखीचे आहेत. त्यांच्या घरी आज रात्री आपण मुक्काम करू.''

असं म्हणून तो समोरच्या पानपट्टीच्या दुकानात गेला आणि तेथे ठेवलेल्या

दिव्यावर त्यानं आपली मेणबत्ती लावून घेतली. तो परत फिरणार इतक्यात त्या पानपट्टीवाल्यानं त्याला हटकून म्हटलं, "अहो महाराज, दोन पैसे टाका. मेणबत्ती फुकट लावून घ्यायला हे काही देऊळ नाही."

त्यानं रागातच दोन पैसे त्या पानपट्टीवाल्यासमोर टाकले आणि तो पुटपुटला, "श्वासोच्छ्वास करायलादेखील आज पैसे पडतील!"

मग त्या इमारतीचे तीन जिने चढून त्यानं चौकशी केली. तेव्हा त्याला कळलं, की गोखले वकिलांची सारी मंडळी परगावी गेलेली आहेत; आणि त्यांच्या बिऱ्हाडाला कुलूप आहे. त्यांच्या बिऱ्हाडासमोर बरीच जागा रिकामी होती. त्या ठिकाणी रात्रीपुरता मुक्काम करायला काहीच हरकत नाही, असं त्यानं मनात आणलं आणि शेजारच्या बिऱ्हाडकरूला तसं विचारलं. त्या बिऱ्हाडकरूनं एकदा मुकुंदाकडे आणि एकदा सुनंदेकडे आळीपाळीनं बघितलं व म्हटलं, "तुम्ही नवराबायकोच आहात ना?"

सुनंदेकडे न बघताच बेधडकपणानं मुकुंदा म्हणाला, "होय! आम्ही नवराबायकोच आहोत."

मग त्या बिऱ्हाडकरूनं त्यांच्या तेथील मुक्कामाला मुळीच हरकत घेतली नाही. मात्र त्यानं विचारलेल्या प्रश्नाचं आणि त्याला मुकुंदानं दिलेल्या उत्तराचं सुनंदेला बराच वेळ हसू येत राहिलं होतं.

काही वेळानं मुकुंदाच्या भिजलेल्या कपड्यांकडे बघत ती म्हणाली, "आपण आज नवरा-बायकोचं सोंग घेतलं आहे खरं; परंतु खरंच नल-दमयंतीप्रमाणे आज आपल्याला अर्ध-अर्ध वस्त्र पांघरण्याची पाळी आलेली आहे."

यावर मुकुंदा मोठ्यांदा हसला आणि सुनंदेनं बॅगेतून काढून दिलेलं तिचं पांढरं पातळ धोतराप्रमाणे नेसला.

मुकुंदाच सारं अंग भिजल्यामुळे अतिशय जड झालं होतं. अंथरुणावर पडताक्षणीच त्याला गाढ झोप लागली. परंतु सुनंदेला काही केल्या झोप येईना. घरची आठवण होऊन तिच्या डोळ्यांत एकसारखे अश्रू येत होते. ती आपल्या मनाला पुनःपुन्हा प्रश्न विचारीत होती, 'आपल्या बापूंचं कसं असेल?' आणि त्या प्रश्नाबरोबर तिच्या डोळ्यांसमोर त्यांच्या त्या पत्रातील शब्द उभे राहत, 'आपला मृत्युशय्येवरचा पिताच आपल्याला उद्देशून हे लिहीत आहे असं समज आणि जिथे असशील तिथून ताबडतोब निघून ये. डोळ्यांत प्राण आणून मी तुझी वाट बघत आहे.'

त्यांनी आपली वाट बघितली असेल आणि आपण तर त्यांच्याकडे जाऊ शकलो नाही. आपली आणि त्यांची गाठ पडू नये, अशी तर परमेश्वराची इच्छा नसेल ना?

या कुविचारानं तिला इतकं घेरलं, की ती परमेश्वराला पुनः पुन्हा म्हणू लागली,

‘परमेश्वरा, माझ्या पित्याला भेटण्याच्या कामी मला यश दे. मला खाली बघायला लावू नकोस.’

समोर ठेवलेली मेणबत्ती आता पार जळून गेली होती आणि खाली बरंच मेण साठलं होतं. त्यामध्ये मेणबत्तीची वात अजूनही तेवत होती; आणि केव्हा विझेल हे सांगवत नव्हतं. मंदपणानं तेवणाऱ्या त्या वातीकडे बघून सुनंदेच्या मनात विचार आला, “मृत्युशय्येवर आपल्या वाटेकडे डोळे लावून बसलेल्या आपल्या पित्याचं तर हे प्रतीक नसेल ना?”

इतक्यात ती ज्योत मोठी झाली आणि विझली ती कायमचीच!

तिच्या पोटात धस्स झालं. त्या ज्योतीची आणि आपल्या पित्याच्या प्राणज्योतीची आपण निष्कारण तुलना केली असं वाटू लागलं, आणि अंधकारात तिचं मन बुडालं. मग एखाद्या निर्जन वनात आपण एकाकी येऊन पडलो आहोत आणि तेथील अंधार कधीही सरणार नाही, असा भास तिला होऊ लागला. इतका की, दुरून ऐकू आलेल्या एका मोटारीच्या भोंग्याचा आवाजदेखील तिला एखाद्या वन्य श्वापदाच्या आवाजाप्रमाणे वाटला. शेजारच्या घड्याळात जेव्हा दोनचे ठोके पडले, तेव्हा तिला गुंगी लागली होती. परंतु तिचा तो भास अधिकाअधिक वाढत चालला होता.

वादळाचं तांडवनृत्य संपून जेव्हा लोकलगाड्या पुन्हा सुरू झाल्या, तेव्हा सुनंदा मोठ्या अधीरतेनं कल्याणला आली. शकुंतलेची हालहवाल बघून पुढे पुण्याला जायचं तिनं ठरवलं होतं.

परंतु कल्याणला तिच्यासाठी निराळंच ताट वाढून ठेवलं होतं.

ती घरी आली तेव्हा तिन्हीसांजा टळून गेल्या होत्या; आणि ऐन दिवेलागणीची वेळ झाली होती. परंतु तिच्या घरासमोरची बाग ओलांडून ती घरात गेली तरी तिला कोठेच दिवा लागलेला दिसेना. घरात सर्वत्र अंधार होता. घर उघडं टाकून शकुंतला बाहेर जाणं शक्य नव्हतं. तिला त्या अंधाराचा काहीच अर्थ कळेना.

मग ती शकुंतलेच्या खोलीजवळ गेली आणि बाहेरून तिला जे दृश्य दिसलं ते बघून ती जागच्या जागीच थबकली. आतून हुंदक्यांचे आवाज कानावर येत होते आणि कुणीतरी म्हटल्याचं ऐकू येत होतं, ‘शकुताई, झाल्यागेल्या गोष्टीला इलाज नाही. तुम्ही आता आपलं दुःख आवरलं पाहिजे.’

‘तुम्ही आता आपलं दुःख आवरलं पाहिजे,’ दारात उभ्या असलेल्या सुनंदेच्या कानांवर शब्द पडले आणि तिच्या अंगातील सारी शक्ती नष्ट झाली. तिच्या डोळ्यांसमोर काजवे चमकू लागले आणि कानात कसलातरी प्रचंड नाद घुमू लागला.

सुनंदेला बघताच शकुंतलेनं एवढ्या मोठ्यांदा हंबरडा फोडला की ते ऐकून

सुनंदेच्या हृदयाचं पाणी पाणी झालं. मग एकमेकांच्या गळ्यांत गळा घालून त्या दोघी मैत्रिणींनी मनसोक्त अश्रू ढाळून घेतले.

नंतर सुनंदेला सारी हकिगत समजली.

काही कामानिमित्त शंकरराव त्या दिवशी मुंबईला गेले होते. त्याच दिवशी मुंबईत भयंकर वादळ झालं. वादळाचा जोर फारच वाढला होता.

कुलाब्याच्या पोलीस व लष्करी झोपड्यांची छपरं उडून गेली. त्या मार्गावरून शंकरराव घाईघाईनं चालले होते. तेव्हा त्यातील एक पत्रा त्यांच्या डोक्यावर मधोमध येऊन आदळला; मानेपर्यंत त्यांच्या डोक्याची दोन छकलं उडाली आणि तात्काळ त्यांचा प्राण गेला. त्यांचं शव ओळखण्यासाठी जेव्हा शकुंतलेला मुंबईला आणण्यात आलं, तेव्हा धड तिला ते ओळखताही येईना, इतकं ते विद्रूप झालं होतं. त्या उडालेल्या पत्र्याच्या रूपानं आकाशाची कुऱ्हाडच जणू काय तिच्यावर कोसळली होती.

त्या दिवसापासून तिच्या अश्रूंना खंड पडला नव्हता; आणि आता आपल्या परमप्रिय मैत्रिणीला बघताच तिला पुन्हा जो दुःखाचा उमाळा आला, तो बराच वेळ थांबला नव्हता.

आपल्या मैत्रिणीचं दुःख पाहून सुनंदेचे डोळेही रडून रडून सुजले. सुनंदाच्या निराधार स्थितीत ज्या मैत्रिणीनं तिला प्रेमाचा हात दिला होता, तीच मैत्रीण आज निराधार बनली होती आणि तिला आधार देणं आता तिच्या शक्तीबाहेरचं काम होतं.

तिनं नाना उपाय करून पाहिले; परंतु शकुंतलेच्या दुःखाचा भर काही केल्या कमी होईना. किंबहुना तिचं ते दुःखच अशा प्रकारचं होतं, की त्या दुःखावर कोणताच उपाय चालण्यासारखा नव्हता.

तिचं दुःखही कमी होईना आणि तिला तशा स्थितीत सोडून मृत्युशय्येवरील आपल्या पित्याकडे जाणंही सुनंदेला शक्य होईना.

परंतु अशा स्थितीत तिला फार वेळ थांबावं लागलं नाही. तिसऱ्याच दिवशी लोणावळ्याहून शकुंतलेचे मामा आले आणि तिला आपल्याकडे घेऊन गेले. दोन चिमण्या पाखरांनी आपला संसार काही काळ सुखानं थाटावा आणि निर्घृण काळाच्या तडाख्यानं एखाद्या दिवशी अचानकपणानं तो उद्ध्वस्त व्हावा, अशा प्रकारचं ते करुण दृश्य सुनंदेला वाटलं.

तिला आता स्वतःकडे बघण्याची पुन्हा मोकळीक झाली. एके दिवशी अगदी संध्याकाळी ती मुकुंदाच्या खोलीवर गेली आणि म्हणाली, "मी आज पुण्याला जात आहे. तुम्हीही माझ्याबरोबर आलं पाहिजे!"

तो तिच्याकडे प्रश्नार्थक मुद्रेनं बघू लागला तेव्हा ती पुढे म्हणाली, "तुम्ही आल्याशिवाय मी घरी जाणार नाही. माझ्या मनात निष्कारण भलभलत्या शंका

येतात. माझं मन अगदी खचून गेलं आहे. अशा वेळी तुमचा आधार मला हवा आहे. तेव्हा तुम्ही माझ्याबरोबर पुण्याला आलं पाहिजे.''

तिच्या बोलण्यात निश्चयाचा स्वर होता आणि डोळ्यांत दुःखाचे अश्रू होते. तिच्याशी अधिक बोलण्यात अर्थ नव्हता. तिच्याकडे बघत मुकुंदानं एवढंच म्हटलं, ''येईन, जरूर येईन!''

पुण्याला जाण्याचा त्या दोघांचा बेत ठरला. परंतु दुसऱ्याच दिवशी देशात अशी एक घटना घडली की त्यामुळे त्यांचा एकत्र जाण्याचा बेत तसाच राहिला.

आठ

आपल्या हातांचे दोन्ही पंजे एकमेकांत अडकवून मुकुंदानं आळोखेपिळोखे दिले तेव्हा सुनंदेनं त्याला विचारलं, "झोप आली वाटतं?"

आपली जांभई संपवून चुटक्या देत तो म्हणाला, "झोप नाही; पण जेवणामुळं फार सुस्ती आली आहे. तू फारच आग्रह केलास!"

"मी आग्रह केला तरी तुम्ही फार जेवला मात्र नाही!"

"आणखी किती जेवायचं?"

असं म्हणून त्यानं आणखी एक जांभई दिली. मग सुनंदा म्हणाली, "थोडा वेळ झोपता का?"

नकारार्थी मान हालवीत तो म्हणाला, "छे, छे! अजून बरीच कामं उरकायची आहेत. बरोबर सहा वाजता आम्हाला शनिवारवाड्यासमोर हजर व्हायला पाहिजे. साडेसहा वाजता सत्याग्रह सुरू होईल."

"खरंच तुम्ही सत्याग्रह करणार? मला ही गोष्ट अजून खरीच वाटत नाही!"

सुनंदेच्या या बोलण्यावर तो म्हणाला, "तुलाच काय, पण मलादेखील ती गोष्ट खरी वाटत नाही!"

आणि खरोखरच तशी परिस्थिती होती. एक वर्षापूर्वी जर कोणी तसं भाकीत केलं असतं, तर ते त्याला स्वतःलाही पटलं नसतं. ज्या मुलाच्या पित्याची उभी हयात काँग्रेसचं कार्य करण्यात गेली होती, तो मुलगा काँग्रेस सरकार विरुद्ध पुकारलेल्या सत्याग्रहात भाग घेईल, ही गोष्ट कितपत शक्य होती? परंतु गांधीवधानंतर त्याच्या पित्याची अमानुष तऱ्हेनं हत्या करण्यात आली होती. त्या हत्येत काँग्रेस सरकारचा कितपत हात होता, हीही गोष्ट त्यानं विचारात घेतली नव्हती. मात्र तेव्हापासून पाटी पलटली होती. मुकुंदाचा नुसत्या काँग्रेस संस्थेवरचाच नव्हे, तर साऱ्या राजकीय संस्थांवरचा विश्वास पार उडाला होता. स्वातंत्र्य मिळाल्यानंतर अशा राजकीय संस्थांची मुळीच गरज नाही, अशा प्रकारचं त्याचं काहीसं एकांगी मत बनलं गेलं होतं. आणि त्याच्या दृष्टीनं त्याला कारणही सापडलं होतं.

त्यानं देशात सगळीकडे नजर टाकली, तेव्हा अनेक राजकीय संस्थांनी देशाचं

वातावरण गढूळ केलेलं त्याला दिसलं. अनेक लहान लहान विचारप्रवाह एकत्र व्हावेत आणि त्यांनी राजकारणाचा प्रमुख प्रवाह गढूळ करून टाकावा, अशी आपल्या देशाची परिस्थिती त्यानं प्रत्यक्ष आपल्या डोळ्यांनी बघितली होती. रोज रोज नवीन नवीन प्रवाह येत होते आणि त्यातच सामील होत होते; आणि ही क्रिया केव्हा थांबणार, हे कुणालाही कळत नव्हतं. प्रतिदिनी जन्माला येणाऱ्या या राजकीय पक्षांबरोबरच प्रत्यहीं नवीन नवीन वैर जन्माला येत होती. कुणाचा कुणावर विश्वास उरला नव्हता. जो तो आपल्या शेजाऱ्यांकडे बंधुप्रेमानं बघण्याऐवजी वैमनस्यानं बघत होता. देशाला स्वातंत्र्य मिळालं होतं; परंतु देशातील दारिद्र्य संपलं नव्हतं आणि अमुक एक पक्ष सत्तारूढ झाला म्हणजे ते दारिद्र्य संपुष्टात येईल, असं वाटून सारी जनता त्या विशिष्ट पक्षाकडे मोठ्या आशेनं धाव घेत होती. परंतु थोड्याच अवकाशात पदरी निराशा बांधून तिला परतावं लागत होतं. पुन्हा जनतेला जिकडे तिकडे अंधार दिसू लागे. तोच पुन्हा नवा राजकीय पक्ष जन्माला येई आणि जनतेला पुन्हा नव्या निराशेकरिता तयार व्हावं लागे. मग सारे राजकीय पक्ष जनतेला केवळ ठकविण्याकरिताच निर्माण होत आहेत, असा भास होऊन त्यांच्याबद्दल जनतेला मुळीच प्रेम वाटेनासं होई. जणू उभ्या जनतेला एकत्र बांधणारं प्रेमरूपी सूत्र पार लयाला गेलं होतं आणि त्या ठिकाणी वैमनस्य निर्माण झालं होतं. अशा तऱ्हेनं देशातील सारी जनता अंधारातच चाचपडत होती. स्वातंत्र्यरवीचा उदय झाला आहे असं जरी सांगण्यात येत होतं, तरी त्या प्रकाशाचं साधं स्पंदनदेखील राजकारणाच्या क्षितिजावर दृग्गोचर होत नव्हतं. देशातील राजकारणाच्या दशदिशा अंधकारानं नुसत्या व्याप्त होऊन गेलेल्या होत्या.

या साऱ्या परिस्थितीवर मुकुंदा जेव्हा जेव्हा विचार करी, तेव्हा तेव्हा त्याला वाटे की ही परिस्थिती बदलणं कदापि शक्य नाही. आणि त्याचं मन निराशेनं भरून येई.

या परिस्थितीवर काही उपाय आहे का?

आणि पुढे विचार करून त्यानं या साऱ्या परिस्थितीवर एक उपाय शोधून काढला होता. तो उपाय केल्याशिवाय देशात माजलेली ही बजबजपुरी थांबणार नाही आणि राजकारणाच्या दिशा उजळणार नाहीत, अशी त्याची खात्री झाली होती.

देशातील जनतेनं राजकारणामागील आपली धाव आता रोखली पाहिजे, आणि एका निराळ्याच गोष्टीचा ध्यास तिनं धरला पाहिजे, तरच या देशाचं नष्टचर्य संपणार आहे! उत्तुंग अशा पर्वतांनी आणि अथांग अशा सागरांनी वेढलल्या या विस्तार्ण देशाला एकत्र गुंफण्यास एकच सूत्र या कठीण प्रसंगी योग्य आहे! ते सूत्र म्हणजे सांस्कृतिक ऐक्य, हे होय! मी कोणत्याही राजकीय पक्षाचा सभासद असो; परंतु मी अशा एका विस्तीर्ण देशाचा घटक आहे, की ज्या देशाची संस्कृती एक

आहे, धर्म एक आहे. ज्यांच्या पराक्रमानं आमची छाती फुगावी असे आमचे पूर्वज एक आहेत. आमचे आदरणीय ग्रंथ एक आहेत, ज्या नद्यांत स्नान केलं असताना आम्हाला पवित्र वाटतं, त्या नद्या एक आहेत; जो इतिहास वाचून आम्हाला स्फूर्ती मिळते तो इतिहास एक आहे आणि आमच्या भौगोलिक मर्यादाही एकच आहेत; असं साऱ्यांना वाटलं पाहिजे. असं सांस्कृतिक ऐक्य देशात निर्माण झालं म्हणजे त्याच्या पाठोपाठ प्रेम ही भावना आपोआपच निर्माण होईल; आणि जगात दुःसाध्य अशी कोणती गोष्ट आहे?

या प्रकारचे मुकुंदाचे विचार बनले होते.

त्याच वेळी देशात भराभर प्रक्षोभक अशा घटना घडत होत्या, तिकडेही त्याचं पुरेपूर लक्ष होतं.

संघ-सरकार वाटाघाटी फिसकटल्या होत्या. काळ्या कायद्याखाली संघाच्या गुरुजींना अटक करण्यात आली होती आणि संघानं सत्याग्रहाचं रणशिंग फुंकलं होतं.

त्याच वेळी मुकुंदानं ठरवलं, की या संघाच्या सत्याग्रहात आपण भाग घेतलाच पाहिजे. त्याच्या घराण्यानं आतापर्यंत काँग्रेसची सेवा केलेली होती.

त्यामुळे त्याला संघ या संस्थेची फारच थोडी माहिती होती. त्यांच्या दैनंदिन कार्यक्रमात त्यानं यापूर्वी कधीच प्रत्यक्ष भाग घेतलेला नव्हता.

आणि तसंही त्या सत्याग्रहात सामील होण्याचं त्यानं ठरवलं, त्या वेळी आपल्या मनाशी त्यानं हाच हिशेब केला, की ज्या वेळी देशाला खरोखरच सांस्कृतिक कार्याची गरज आहे, त्या वेळी ते कार्य करणाऱ्या संस्थेवर बंदी घालणं हे सर्वस्वी अन्यायाचं आहे आणि ती बंदी उठावी म्हणून सुरू करण्यात आलेल्या आंदोलनात भाग घेणं, हे पूर्ण न्यायाचं आहे! या सत्याग्रहानं ती बंदी उठेल किंवा नाही या गोष्टीचाही त्यानं विचार केलेला नव्हता. संघावर घातलेली बंदी अन्यायाची आहे आणि संघानं सुरू केलेला सत्याग्रह न्यायाचा आहे, या दोनच गोष्टी त्यानं आपल्या मनासमोर धरल्या होत्या; आणि तो त्या सत्याग्रहात सामील होणार होता.

आपला तो बेत पक्का केल्यानंतर मुळीच वेळ न दवडता त्यानं कल्याण येथील कार्यकर्त्यांची गाठ घेतली होती. पुण्याला जाऊन सत्याग्रह करण्याचा आपला बेत त्यांना सांगितला होता आणि तो पुढील उद्योगाला लागला होता.

सुनंदेशी बोलताना या साऱ्या गोष्टी त्याच्या डोळ्यांसमोर आता उभ्या राहिल्या आणि तो म्हणाला, "मी या सत्याग्रहात भाग घेणार आहे ही गोष्ट तुलाच काय, पण मलाही खरी वाटत नाही. पण ती घडणार आहे, हे मात्र खास."

सुनंदेनं म्हटलं, "या सत्याग्रहात तुम्ही भाग घेतला पाहिजे ही गोष्ट मला पटते; परंतु सध्या माझ्याभोवती फारच चांगल्या गोष्टी घडत आहेत."

आणि काही वेळ थांबून ती पुढे म्हणाली, ''हो, फारच चांगल्या. मी घरी आल्यापासून बापूची प्रकृती एकदम झपाट्यानं सुधारली आणि आश्चर्य हे की त्यांच्या स्वभावातही फारच तफावत पडलेली आहे. येथे आल्यानंतर मी त्यांना तुमच्याबद्दल हळूहळू सारी हकिगत सांगितली. तेव्हा ते हसून म्हणाले की, 'तुला जे योग्य वाटेल त्याला माझी संमती आहे, असं तू खुशाल धरून चाल. घरी आल्यावर मी तुझं सारं ऐकेन असं मी माझ्या त्या पत्रात म्हटलं नव्हतं का? आता घरी आली आहेस, तेव्हा मला आता तुझं सारं सारं ऐकलं पाहिजे. खरं किनई?' तेव्हा आता माझ्यां आनंदात कोणतीच उणीव नाही. अशा वेळी वाटतं की या माझ्या आनंदाचे वेळी तुम्ही माझ्यापाशी नाहीत...''

हे सारं बोलताना तिचा कंठ दाटून आला तेव्हा मुकुंदा म्हणाला, ''अगं वेडे, मी काय कायमचा का दूर जातो आहे? फार तर तीन महिन्यांनी परत येतोच आहे.''

आणि तिला यापेक्षा अधिक समाधान वाटावं म्हणून तो पुढे म्हणाला, ''आणि संघावरची बंदी उठून परत आलो म्हणजे मग शुभमंगल!''

त्यानं हे शब्द उच्चारले तेव्हा तिच्या तोंडावर हसू आणि डोळ्यांत अश्रू आलेले होते. ते अश्रू या क्षणिक होणाऱ्या विरहाचे दुःखाश्रू आहेत का पुढे होणाऱ्या त्यांच्या मिलनाचे आनंदाश्रू आहेत, हे तिचे तिलाच कळेना.

आणि हीच तिची स्थिती संध्याकाळी त्याचा सत्याग्रह सुरू असताना झाली.

शनिवारवाड्याच्या आवारात मनस्वी गर्दी जमली होती; आणि जो तो उत्सुकतेनं सत्याग्रहाची वाट बघत होता. संध्याकाळी बरोबर साडेसहा वाजता आठ स्वयंसेवक मधल्या आवारात ओळीनं उभे राहिले. परंतु स्त्रियांच्या गर्दीतून सुनंदेची नजर त्यांच्यापैकी फक्त मुकुंदावरच खिळून राहिलेली होती. प्रथम त्यांचे खेळ झाले. मग पुन्हा ते सर्व स्वयंसेवक ओळीनं येऊन उभे राहिले. मग एका बाजूला उभं राहून एक स्वयंसेवक भाषण करू लागला, ''संघाला न्याय पाहिजे आहे. आचारविचार-संघटनास्वातंत्र्याचं जे लोकशाही राज्यपद्धतीचं मूलभूत तत्त्व, त्या तत्त्वानुसार जगण्याचा संघाला हक्क आहे. तो हक्क आम्हाला हवा आहे. या अत्यंत बिकट कसोटीच्या प्रसंगांत संघानुयायांनी जी शिस्त, जी शालीनता, जो संयम आणि जो विवेक दाखविला, त्या योगानं त्यांनी आपल्या संस्थेचं नाव चिरकाल उज्ज्वल करून ठेवलं आहे, यात शंकाच नाही. अग्निसंस्कार झाल्यानं सुवर्णाला जास्तच तेज चढत जातं, त्याचप्रमाणे आपत्तीच्या अग्निदिव्यातून संघ ही खऱ्या शिस्तीची व निष्ठावान अशी संघटना असल्याची खात्री संघाच्या विरोधकांनाही होईल, असा विश्वास आम्हास वाटतो.''

हे भाषण संपवून तो स्वयंसेवक पुन्हा आपल्या ओळीत जाऊन उभा राहिला आणि थोड्याच वेळात प्रार्थनेचे मंजुळ स्वर गंभीर वातावरणात घुमू लागले :

नमस्ते सदा वत्सले मातृभूमे!

एकदम सगळीकडे स्तब्धता पसरली. जणू काय त्या प्रार्थनेच्या रूपानं पावित्र्याचं तुषार साऱ्या समुदायावर उडत होते आणि त्यांचा यथायोग्य मान राखण्यासाठी शांत राहणं आवश्यक होतं.

त्यांची प्रार्थना चालू असतानाच लाठीधारी पोलिसांनी त्यांच्याभोवती कोंडाळं केलं. प्रार्थना संपल्यानंतर साऱ्या स्वयंसेवकांनी आपले हात झटकले, अंगावर आपले कपडे चढविले, आणि पुन्हा सारे जण ओळीत येऊन उभे राहिले.

मग त्यांना ओवाळण्याची एकच गर्दी उसळली. अनेक सुवासिनींनी त्यांच्या कपाळाला कुंकुमतिलक लावून त्यांच्यावरून निरांजन ओवाळलं.

त्यानंतर एक अत्यंत वृद्धा पुढे आली. तिला धड नीट चालताही येत नव्हतं, इतकी ती थकलेली दिसत होती. निरांजनाचं तबक हाती धरताना तिचे हात थरथर कापत होते; परंतु तशाही स्थितीत तिनं तो सारा विधी यथासांग पार पाडला. मग ती त्या साऱ्यांकडे बघून म्हणाली, "माझ्या नातवांनो, लवकर घरी परत या!" हे बोलताना तिच्या आवाजात कंप निर्माण झाला होता आणि डोळ्यांत अश्रू उभे राहिले होते.

सुनंदा अजूनही त्याच जागेवर उभी होती. तिला वाटलं आपणही त्या ओवाळण्यात भाग घ्यावा. पण धीर तिला होईना. कारण मुकुंदाला ओवाळताना आपल्या भावना कदाचित अनावर होतील, त्यामुळे निरांजन खाली पडेल व तो अपशकुन होईल असं तिला वाटलं. म्हणून ती जागच्या जागीच थबकून त्यांच्याकडे बघत उभी राहिली. मावळत्या सूर्याची प्रतिमा पृथ्वीनं आपल्या डोळ्यांत सामावून घ्यावी, त्याप्रमाणे जणू काय ती मुकुंदाची प्रतिमा आपल्या डोळ्यांत सामावून घेत होती.

आपलं सामान डाव्या खांद्यावर घेऊन ते स्वयंसेवक जेव्हा ओळीनं उभे राहिले, तेव्हा एक पोलिस म्हणाला, "चला!"

परंतु तरीही जेव्हा ते स्वयंसेवक जागचे हालेनात, तेव्हा त्या पोलिसानं त्यांच्या प्रमुखाकडे बघितले. त्या वेळी त्या पोलिसाकडे बघून तो हसला आणि स्वयंसेवकांना उद्देशून म्हणाला, "प्रचल!"

लगेच ओळीनं ते सारे स्वयंसेवक त्यांच्याकरिता उभ्या राहिलेल्या मोटारीच्या दिशेनं भराभर पावलं टाकीत चालू लागले. जणू दिग्विजयाकरिता हाती सतीचं वाण घेऊन मोठ्या वीरश्रीनं आणि निश्चयानं ते निघाले होते. लगेच आसमंतात प्रचंड घोषणा निनादू लागल्या.

नागरिक स्वातंत्र्याचा विजय असो!

संघबंदी दूर करा!

गुरुजींना मुक्त करा!

भारत माता की जय!

ते स्वयंसेवक जेव्हा ओळीनं मोटारीत जाऊन बसले, तेव्हा सारं आकाश वरील घोषणांनी नुसतं दुमदुमून निघालं. जणू आकाशाचं छत फाडून त्यांना त्या घोषणा स्वर्गापर्यंत नेऊन पोचवायच्या होत्या आणि तेथून न्यायनिवाडा मागायचा होता. मोटार जेव्हा सुरू झाली, तेव्हा असंख्य लोक त्या मोटारीच्या मागे धावत सुटले. सुनंदेला वाटलं, 'यमराजाच्या मागे जाऊन सावित्रीनं आपल्या पतीचे प्राण परत मागितले त्याप्रमाणे त्या मोटारीच्या मागे धावत जाऊन आपला मुकुंदा त्यांना परत मागावा.'

या वेड्या विचारानं तिनं आपलं एक पाऊल उचललंदेखील! परंतु ते पाऊल पुढे टाकण्याची शक्तीही तिच्या अंगात आता राहिली नव्हती.

आपल्या अंगातून कुणीतरी आपली शक्ती बाहेर काढून घेत आहे, असा भास तिला होऊ लागला.

त्या मोटारीनं वळण घेतलं तेव्हा त्या अफाट जनसमुदायातून आणखी मोठ्यांदा घोषणा होऊ लागल्या. परंतु आपण त्या अगदी दुरून ऐकत आहोत असं तिला वाटू लागलं. तिनं वळणाऱ्या त्या मोटारीवर आपली अखेरची नजर टाकली. ते वळण घेऊन ती मोटार जेव्हा निघून गेली, तेव्हा तिच्या दृष्टीला काहीच दिसेना. तो अफाट जनसमुदाय हळूहळू पांगत चालला, तरी ती एकटीच त्या ठिकाणी बराच वेळ उभी होती. तिनं समोरच्या पश्चिम क्षितिजाकडे नजर टाकली. सूर्य मावळून बराच वेळ झालेला होता आणि आपल्या प्रियकराच्या विरहानं दुःखित झालेली सृष्टी काळी पडत चालली होती. त्या दुःखित सृष्टीला उद्देशूनच की काय तिनं मनात म्हटलं, 'हा विरह कायमचा नाही; केवळ तात्पुरता आहे!'

आणि त्याचबरोबर तिला मुकुंदाचे दुपारचे शब्द आठवले,

'संघावरची बंदी उठून परत आलो म्हणजे मग शुभमंगल!'

इतक्यात कुठून तरी चौघड्याचे सूर तिला ऐकू येऊ लागले. तिनं तिकडे बघितलं. शनिवारवाड्यावरचा सायंकाळचा चौघडा सुरू झाला होता. तिनं त्या दिशेकडं पाहिलं आणि हसत म्हटलं, 'होय! मग शुभमंगल!'

प्रायश्चित

एक

"मला वाटतं या खेपेस तुम्ही माझ्या काकांना माफ करावं!"

हे शब्द ऐकताच समीरनं आपली मान वळवून बोलणाऱ्या व्यक्तीकडे बघितलं; आणि बोलणारी व्यक्ती ही सुंदर स्त्री आहे, हे बघताच त्याच्या आश्चर्याला पारावार उरला नाही. त्याच्या आश्चर्याचं कारण अगदी उघड होतं. पुण्याच्या बकाल वस्तीतील एका मुसलमानी हॉटेलात असलं स्त्रीसौंदर्य बघायला सापडल्यावर कोणाला आश्चर्य वाटणार नाही? त्या हॉटेलमध्ये येण्याची ही त्याची तिसरी खेप होती. साखरेचा जादा साठा 'काळा बाजार' करण्याची त्या हॉटेल मालकाला एक प्रकारची खोडच लागली होती. त्यामुळे आठ-पंधरा दिवसांनी त्या हॉटेलमध्ये चक्कर मारून साखरेचा साठा तपासण्याचं काम समीरला करावं लागे. त्याच्या कल्पनेप्रमाणे मागच्या दोन्ही खेपेस त्याला त्या ठिकाणी साखरेचा अधिक साठा सापडला होता. तो सापडल्यानंतर त्या हॉटेलवाल्यानं अगदी गयावया केली होती आणि समीरच्या दयाशील वृत्तीचा त्यानं भरपूर फायदा घेतला होता. दुसऱ्या खेपेस हॉटेलचा मालक समीरजवळ दयेची याचना करीत असताना त्या हॉटेलमधील पलीकडच्या दारावरील पडदा हळूच दूर सारून एका सुंदर स्त्रीनं बाहेर डोकावून बघितल्याचा समीरला भास झाला होता. तिकडे त्याची नजर जाताच तो पडदा पुन्हा दारावर सरकला गेला होता आणि काळ्याकुट्ट मेघातून एखादा सौदामिनीनं आपलं सौंदर्य प्रगट करावं आणि त्या सौंदर्याकडे आपली नजर जाते न जाते तोच तिनं लुप्त होऊन आपलं सौंदर्य अव्यक्त राखावं, असं समीरला त्या वेळी वाटलं होतं. त्या हॉटेलमधून बाहेर पडताना तो मनाशी म्हणाला होता- 'छे! असल्या घाणेरड्या हॉटेलमध्ये असलं सौंदर्य कधी असणंच शक्य नाही.' त्यानंतर त्या प्रकारावर त्यानं कधी विचारही केला नव्हता. इतकंच नव्हे, तर त्या गोष्टीची त्याला पुढे स्मृतीही

राहिली नव्हती. परंतु आता तोच पडदा दूर सारला गेला होता आणि त्याच दारात एक अत्यंत सुंदर तरुणी उभी राहून त्याला म्हणत होती, "मला वाटतं, तुम्ही या खेपेस माझ्या काकांना माफ करावं!"

तिच्याकडे बेफिकिरीनं बघत त्याला म्हणावंसं वाटलं, 'तुला खूप वाटतं की तुझ्या काकांना मी माफ करावं! परंतु पुनःपुन्हा माफ करण्याच्या लायकीचे तुझे काका थोडेच आहेत? आणि त्यांच्यासाठी तुझी रदबदली हवी कशाला?'

हे शब्द मनाशी उच्चारीत समीर त्या स्त्रीकडे बघत असतानाच ती त्याला पुन्हा म्हणाली, "खरंच, या खेपेस तरी तुम्ही आमच्या काकांना सूट द्या."

हे ऐकल्यानंतर समीरनं आपली दृष्टी तिच्यावरून काढून काकांकडे लावली आणि तिला उत्तर दिलं, "तुमच्या काकांची जादा साखर ठेवण्याची ही तिसरी खेप आहे. किती वेळा त्यांना सूट द्यायची?"

यावर आपल्या पुतणीच्या बोलण्याची मुळीच वाट न बघता कादरभाई म्हणाला, "अल्लाची शपथ घेऊन सांगतो, की मी पुन्हा असं कधी करणार नाही. पण या खेपेस मला सोडा."

"अल्लाची शपथ घेऊन तुम्ही त्याला मात्र कमीपणा आणीत आहात!" या समीरच्या बोलण्यावर कादरभाईंनी आपला हात आळीपाळीनं आपल्या दोन्ही गालांवर मारून घेतला आणि म्हटलं, "तोबा तोबा! या अल्ला! या खुदा! पुन्हा असं केलं तर हातकड्या अडकवा!"

मागच्या वेळी त्याच्याकडून दयेची याचना करताना त्यांनी हेच शब्द उच्चारले होते. या गोष्टीचं समीरला स्मरण होऊन तो म्हणाला, "पुन्हा कशाला? आताच अडकवतो की हातकड्या!"

आपला चेहरा शक्य तितका भीतियुक्त करून कादरभाईंनी आपल्या पुतणीकडे दीन मुद्रेनं बघितलं आणि म्हटलं, "शिरीन, तूच सांग आता यांना काहीतरी!"

शिरीन समीरकडे बघत म्हणाली, "यापुढे काका असलं काही करणार नाहीत, याची मी हमी देते; मग तर झालं ना? ही शेवटची खेप समजा आणि त्यांना सूट द्या!"

कादरभाईंना या खेपेस माफ करायचं त्यानं मघाशीच ठरवलं होतं. कारण शिरीनसारखा जामीन ताबडतोब पटणं मुळीच अवघड नव्हतं. परंतु एखाद्या नाठाळ कुळाच्या जामिनाला पुनःपुन्हा बजावून सांगणाऱ्या एखाद्या न्यायाधीशाचा आव आणून समीर शिरीनकडे बघत म्हणाला, "तुमच्या काकांची हमी घेण्यापूर्वी तुम्ही नीट विचार करा बरं!"

शिरीननं यावर काहीच उत्तर दिलं नाही. परंतु आपले काळेभोर डोळे तिनं समीरच्या नजरेला लावले आणि ती अशा काही अभिप्रायानं हसली, की जणू काय

तिला म्हणायचं होतं, 'हो, हो, मला चांगली जाणीव आहे त्याची!'

तिच्या या हसण्याला हसून प्रत्युत्तर देण्याचा मोह समीरला आवरता आला नाही.

तो जायला उठला तेव्हा कादरभाई त्याला म्हणाला, ''वा साहेब! असं कसं होईल? चहा घेतल्याशिवाय मी तुम्हाला बरा जाऊ देईन!''

या बोलण्यावर समीर काही बोलण्यापूर्वीच शिरीन आपल्या काकांना उद्देशून म्हणाली, ''काका, चहा माझ्याच खोलीत पाठवा. आम्ही एकत्र बसून चहा घेतो.''

या तिच्या बोलण्याचं मनाशी आश्यर्च करीत असतानाच ती त्याला म्हणाली, ''चला, आपण माझ्या खोलीत बसू आणि त्या ठिकाणी चहा घेऊ.''

आपलं ऑफिस संपल्यानंतर संध्याकाळी या हॉटेलमध्ये प्रवेश केल्यापासून समीरला आश्चर्याचे एकामागून एक धक्के बसत होते. असल्या घाणरेड्या हॉटेलमध्ये असलं सौंदर्य बघायला सापडल्यावर त्याला आश्चर्याचा पहिला धक्का बसला होता. शिरीनच्या वरील धीट बोलण्यानं त्या आश्चर्यात भर पडली होती; आणि तिच्या खोलीत प्रवेश केल्यानंतर त्यानं ज्या ज्या गोष्टी बघितल्या आणि ऐकल्या त्या बघून व ऐकून त्याचं आश्चर्य पराकोटीला पोचलं होतं.

शिरीनची खोली जरी आधुनिक तऱ्हेनं शृंगारलेली होती तरी तिच्या खोलीत आश्चर्य वाटण्याजोग्या बऱ्याच गोष्टी होत्या. समीरचा नजरेतून त्या सुटल्या नाहीत. खोलीत प्रवेश केल्याबरोबर कोणालाही समोरच्या भिंतीवर चटकन दिसेल असं अकबर बादशहाचं भव्य छायाचित्र टांगलेलं होतं. त्याच्या शेजारीच आपल्या सहकाऱ्यांसह एका उमद्या घोड्यावर बसून चौफेर नजर फेकीत चाललेल्या शिवाजी महाराजांचा फोटो लावण्यात आला होता. या गोष्टीचं आश्चर्य समीरच्या मनात स्थिर होतं न होतं तोच उजव्या बाजूच्या भिंतीवर स्वामी विवेकानंदांचा फोटो त्याला दिसला. लगेच त्याची नजर त्या फोटोखाली लिहिलेल्या 'रामसभा में हरिजन बैठ। कोन बडा कोन छोटा है ।' या अक्षरावर स्थिर झाली. त्याच्या शेजारीच खेटून महात्मा गांधींचा भव्य फोटो त्यानं बघितला, तेव्हा त्याला किंचित हसू आलं.

त्याच्या हसण्याचा अभिप्राय ओळखूनच की काय शिरीन त्याला म्हणाली, ''मला माहीत आहे तुम्ही का हसता ते!'' आणि समीरला पुढे बोलण्याचा मुळीच अवसर न देता, तिनं आपल्या खोलीतील भिंतीवरच्या साऱ्या फोटोवर नजर फिरवीत म्हटलं, ''माझ्या या फोटोबद्दल तुम्ही बहुधा हसत असाल! परंतु मी ते उगाच टांगलेले नाहीत!''

इतकं बोलून ती थांबली आणि समीरला म्हणाली, ''अरेच्या! तुम्ही उभे का राहिलात? बसा ना!''

असं म्हणून समीरला बघण्यासाठी तिनं एका कोचाकडे अंगुलीनिर्देश केलं.

त्या ठिकाणी तो बसल्यानंतर तिनं आपलं बोलणं पुढे चालू केलं. मघाशी थांबलेला विषय पुन्हा चालू करण्याच्या इराद्यानं तिनं म्हटलं, "मी जातीनं मुसलमान आहे म्हणून अकबर बादशहा, महंमद पैगंबर या लोकांविषयी मला अभिमान वाटणं साहजिक आहे. इंग्रजांचा वकील व्यापाराची सनद मागण्यासाठी मोंगल दरबारी आला तेव्हा त्यानं मोंगल बादशहाला सात वेळा लवून कुर्निसात केला; त्याच मोगल कुळातील आमचा अकबर बादशहा आहे ही गोष्ट मी ज्याप्रमाणे विसरले नाही, त्याचप्रमाणे तुमच्या शिवाजीनं इंग्रजांची कपटनीती वेळीच ओळखून त्यांची सुरतेची वखार लुटली, याही गोष्टीचं मला विस्मरण झालेलं नाही. महंमद पैगंबरानं आमच्या धर्माची प्रस्थापना केली म्हणून तो जितका मोठा, तितकाच जगाला 'रामसभा में हरिजन बैठे, कोन बडा कोन छोटा है?' याप्रमाणे समतेचं उदात्त तत्त्व सांगणारे स्वामी विवेकानंदही थोर मानायला नको का?"

तिच्या या प्रश्नाला त्याला चटकन उत्तर देता आलं नाही. एका यवन तरुणीच्या तोंडातून असलं अस्खलित तत्त्वज्ञान बाहेर पडेल याची त्या हॉटेलमध्ये शिरताना त्याला कल्पनाही नव्हती. त्याला आपल्या आईचे उद्‌गार आठवले. त्याची आई त्याला नेहमी म्हणत असे, 'समीर, काही झालं तरी या मुसलमानांवर कधी विश्वास ठेवू नकोस. ते कितीही गोड बोलले तरी अखेरीस आपला गळा कापल्याशिवाय राहणार नाहीत.'

शिरीन बोलत असताना तो तिच्याकडे अगदी निरखून बघत होता. तिचं मुग्ध सौंदर्य तिच्या निष्पाप अंतःकरणाचीच साक्ष देत आहे, असं त्याला वाटलं. आणि तिचे प्रगल्भ विचार ऐकून तर त्याची तशी खात्रीच पटली; परंतु आपल्या बोलण्याच्या अखेरीस तिनं जेव्हा त्याला वरीलप्रमाणे प्रश्न विचारला, तेव्हा त्याला आपल्या मातेच्या उद्‌गारांची आठवण झाली आणि तो गोंधळून म्हणाला,

"अजून मी त्या प्रश्नावर फारसा विचारच केलेला नाही."

ही कबुली देताना त्याला कमीपणा वाटला. त्यानं त्या प्रश्नावर विचार केला नव्हता असं नाही. तर तिनं त्या प्रश्नाचा ज्या तऱ्हेनं विचार केला होता तसा त्यानं केला नव्हता. आपल्या बालपणापासून आपल्या मातेचे वरीलप्रमाणे विचार त्यानं ऐकले होते. मुसलमानांबद्दल तिला एवढा तिरस्कार का वाटावा, ही गोष्ट त्याला ठाऊक नव्हती. आणि तिनंही त्याचं कारण त्याला कधी सांगितलं नव्हतं. परंतु एखाद्याला बाळकडू द्यावं त्याप्रमाणे मुसलमान जातीबद्दल तिरस्कार करण्याचं तिनं त्याला शिकवलं होतं; आणि ती शिकवण त्यानं बिनतक्रार मान्य केली होती. कारण त्याचं आपल्या आईवर मनस्वी प्रेम होतं. तेव्हा वरीलप्रमाणे कबुली देण्यात जरी त्याला कमीपणा वाटला तरी ती कबुली देऊन आपण एकीकडून आपल्या मातेबद्दलचं प्रेम व्यक्त करीत आहोत, याबद्दल मनातल्या मनात त्याला समाधान झालं.

त्याच्या वरील बोलण्यावर शिरीन त्याला म्हणाली, "तुम्ही कदाचित विचार केला नसेल; परंतु प्रत्येक गोष्टीबद्दल मी असाच विचार करते. चांगली गोष्ट, मग ती कोणत्याही धर्मातील माणसानं केलेली असो, त्याबद्दल प्रत्येकाला अभिमान वाटावा, हे माझं मत तुम्हाला ग्राह्य वाटलं पाहिजे."

शिरीनच्या या बोलण्यावर त्यानं काय उत्तर दिलं असतं, हे सांगणं कठीण आहे. तितक्यात हॉटेलचा 'बॉय' एका सुंदर ट्रेमधून चहाचे कप घेऊन आला आणि त्यामुळे तिच्या बोलण्यावर उत्तर देण्याचा प्रसंग त्याच्यावर आला नाही. शिरीन चट्कन आपल्या जागेवरून उठली आणि समीरच्या कोचासमोर एक छोटंसं स्टूल तिनं ठेवलं आणि त्या बॉयला ती म्हणाली, "ठेव चहा या स्टुलावर! अरे वा! बिस्किटं आणलीस हे बरं केलंस." आणि त्याच्याकडे हसून बघत तिनं म्हटलं, "कासम, कधी कधी तू चांगलं डोकं चालवतोस!" आणि आपल्या तोंडावर तेच हास्य कायम ठेवीत ती समीरकडे बघून म्हणाली, "हं घ्या चहा!"

चहामध्ये बिस्कीट बुडवून समीरनं शिरीनकडे बघत जेव्हा हास्य केलं, तेव्हा तिनं त्याला विचारलं, "का? हसता का?"

"छे, कुठे हसतोय?"

"जसं काही मला कळतच नाही. खरंच सांगा ना, का हसता ते!"

मग समीर तिच्याकडे बघत म्हणाला, "अगदी तुम्हाला पाहिल्यापासून मला एका गोष्टीचं सारखं आश्चर्य वाटत आहे. तुमचा पोषाख अगदी आमच्यासारखा का, हा प्रश्न मी माझ्या मनाला कितीतरी वेळा सारखा विचारला असेल!"

असं म्हणून तो हसला तरी ती हसली नाही. तिनं गंभीरपणानं उत्तर दिलं, "नुसत्या पोषाखावर अगर नावावर माणसाची जात ओळखली जावी हे तत्त्वच मुळी मला मान्य नाही. म्हणून मी माझ्या नुसत्या पोषाखातच नव्हे तर माझ्या नावातही फरक केलेला आहे. तुम्हाला खोटं वाटेल; परंतु माझं पूर्वीचं रशिद हे अस्सल मुसलमानी नाव बदलून शिरीन हे नवं नाव मी ठेवून घेतलं आहे. माझ्या लहानपणापासून तुमच्या लोकातच माझा वावर असल्यामुळे मला मराठी भाषेची फार आवड आहे. आणि ती आवड दाखविण्यासाठी मी इंटरला मराठी भाषा घेतली आहे."

"तुम्ही कॉलेजमध्ये जाता?"

समीरच्या या प्रश्नावर जेव्हा तिनं म्हटलं, "का? आम्ही कॉलेजमध्ये जाऊ नये, असं तर तुमचं मत नाही ना?"

तेव्हा समीर अगदी मनापासून हसला आणि म्हणाला,

"जाऊ नये असं नाही; परंतु तुमच्यात फार थोड्या स्त्रिया कॉलेजमध्ये जाणाऱ्या असतात म्हणून आश्चर्य वाटलं इतकंच!"

शिरीन किंचित हसली आणि पुढे म्हणाली, "माझी प्रत्येक गोष्ट ऐकूनच

वास्तविक तुम्हाला आश्चर्य वाटलं असेल. माझ्याइतकी इतक्या धीटपणानं बोलणारी मुलगी तुम्हाला आमच्या जातीत सापडणंच शक्य नाही. परंतु लहानपणापासून माझं आयुष्य चमत्कारिक परिस्थितीत गेलेलं आहे. जगाचे भलेबुरे अनुभव मला या लहान वयातही येऊन गेलेले आहेत. मी बढाई मारीत नाही; परंतु अभिमान वाटण्याइतकं वाचन मी केलेलं आहे. तेव्हा तुमच्यासारखं कोणी भेटलं म्हणजे खूप खूप बोलावंसं वाटतं. अशा वेळी माणसाला धीटपणा आपोआपच येतो. नाहीतर मग घरात माझ्याशी बोलायला कोण आहे? काकांचा सदा नि कदा धंदा आणि...''

ती पुढे बोलली नाही. तिला पुढे काहीतरी बोलायचं होतं हे तिच्या चर्येवरून स्पष्ट दिसत होतं. परंतु ती थांबलेली बघताच समीरनं साहजिकच तिला विचारलं, ''परंतु तुमचे वडील कुठे असतात?''

या प्रश्नावर तिनं आपली चर्या आणखी गंभीर केली आणि क्षणभर थांबून समीरकडे दृष्टी देत तिनं म्हटलं, ''या प्रश्नाचं उत्तर दिलं नाही तर नाही का चालणार?''

दुसऱ्या एखाद्या व्यक्तीला दुःख देणारा एखादा खासगी प्रश्न विचारल्यानंतर त्या व्यक्तीनं तो प्रश्न ऐकून आपलं दुःख व्यक्त केलं म्हणजे विचारणारा माणूस ज्याप्रमाणे वरमतो, त्याप्रमाणे समीरची स्थिती झाली. तो आपली मान नकारार्थी हलवीत म्हणाला, ''छे, छे! मी तो प्रश्न तुम्हाला सहज विचारला...''

तो आपल्या जागेवरून उठला तेव्हा शिरीन म्हणाली, ''का? निघालात? घाई आहे वाटतं?''

आपल्या हातावरील घड्याळाकडे बघत त्यानं म्हटलं, ''आठ वाजून गेले. घरी आई वाट बघत असेल.''

यावर शिरीन हसली आणि म्हणाली, ''इतक्या लवकर आईनं तुमची वाट बघण्याइतके लहान आहात वाटतं?''

''मी लहान नाही. पण आई लहान आहे!''

त्याचं हे बोलणं तिला समजलं नाही म्हणून तो पुढे म्हणाला, ''खरंच आईची स्थिती लहान मुलाप्रमाणे झाली आहे. आंधळी आहे ती!''

शिरीन सहानभूतीदर्शक आवाजात म्हणाली, ''अरेरे! कशामुळे बिचारीची अशी स्थिती झाली असेल कुणास ठाऊक!''

समीरनं म्हटलं, ''मला आठवतं आहे तेव्हापासून तिला दोन्ही डोळ्यांनी दिसत नाही. आणि त्याचं कारण विचारताच ती कधी सांगत नाही. ते कारण तिला विचारल्यावर तिला काहीतरी दुःख होतं हे जेव्हापासून मला कळायला लागलं तेव्हापासून मी तिला तो प्रश्न विचारण्याच्या कधी भानगडीत पडलो नाही. त्यामुळे तिला अगदी लहान मुलाप्रमाणे जपावं लागतं.''

आपल्या जागेवरून उठत शिरीन म्हणाली, ''मग तुम्हाला आता खरंच गेलं पाहिजे. आता पुन्हा केव्हा येणार?''

''तुमचे काका साखरेचा अधिक साठा करतील तेव्हा!''

समीरचं हे बोलणं ऐकून ती हसली आणि म्हणाली, ''मग लवकरच योग येईल. काकांची ती खोड कधीही जाणार नाही; परंतु आमच्या काकांवर जरा मेहेरबानी असू द्या हं!''

''बेशक! तुमच्यासारखा जामीन असल्यावर काय प्रश्न आहे!''

शिरीन हसली आणि म्हणाली, ''अच्छा! शुक्रिया!''

शिरीनचा निरोप घेऊन समीर त्या हॉटेलच्या बाहेर जेव्हा पडला, तेव्हा तो मनाशी म्हणाला, 'आज तिसऱ्या खेपेला आपण कादरभाईला सूट देत आहोत. काळ्या बाजाराला पुनःपुन्हा असं उत्तेजन देणं, हे काही बरं नाही.'

या विचाराबरोबर त्या यवन तरुणीचे दोन काळेभोर डोळे त्याच्या डोळ्यांसमोर उभे राहिले.

दोन

समीरला घरी पोचायला नऊ वाजले. आपल्याला घरी येण्यास उशीर झालेला बघून आपली आई काळजी करीत बसलेली असेल ही कल्पना रस्ता चालताना त्याला सारखी येत होती. ती नुसती काळजी करून थांबणार नाही, तर सरोजला आपल्या शोधार्थ पाठविल्याविना ती राहणार नाही, याबद्दलही खात्री होती. कारण त्याचं ऑफिस सुटल्यानंतर वाटेत लागणाऱ्या एखाद्या किराणा दुकानाच्या मालकानं त्याला खूश राखण्यासाठी दिलेला चहा घेऊनदेखील त्याला घरी पोचायला इतका उशीर कधीच होत नसे. त्यामुळे त्यानं झपाझप पावलं उचलण्यारा जरी सुरुवात केली तरी झालेला उशीर भरून काढणं त्याला शक्य नव्हतं; आणि घराजवळ येताच त्याला जेव्हा आपल्या घरात अंधार दिसला, तेव्हा झालेल्या उशिराबद्दल त्याला मनस्वी वाईट वाटलं. शिरीनशी बोलण्याच्या नादात आपण वेळेचं भानदेखील विसरलो, या गोष्टीची त्याला आता जाणीव झाली. परंतु त्याचा आता काही एक उपयोग नव्हता.

रोज ऑफिस सुटल्यानंतर तडक घरी येऊन प्रथम सरोजच्या हातचा चहा घ्यायचा आणि नंतर थोडाच वेळ बाहेर फिरून आल्यावर घरी येऊन पाय धुतल्यानंतर आपल्या आईला नमस्कार करायचा आणि केवळ तिच्या समाधानासाठी 'शुभं करोति' म्हणायचं, हा त्याचा परिपाठ असे. त्याच्या अगदी बालपणापासून त्यामध्ये कधीही खंड पडला नव्हता; नव्हे त्यानं कधी पडू दिला नव्हता. त्याला कळायला लागल्यापासून आपल्या आईच्या अगदी बारीकसारीक भावनेचीदेखील त्यानं मोठ्या तत्परतेनं जपणूक केली होती. आपल्या अगदी बालपणापासून आईच्या आंधळेपणामुळे झालेली तिची केविलवाणी परिस्थिती तो बघत होता. आणि त्यामुळे तिची अशा तऱ्हेनं जपणूक करणं, हे त्यानं आपलं पवित्र कर्तव्य मागून घेतलं होतं. ती अत्यंत धर्मभोळी होती; आणि का कोणास ठाऊक, पण मुसलमान जातीबद्दलचा तिचा द्वेष तीव्र होता. या दोन्हीही गोष्टी त्याला फारशा पसंत नव्हत्या. परंतु आपल्या मताचा विरोध तिला जाणवेल अशा तऱ्हेनं त्यानं कधीही वागणूक केली नव्हती; आणि आजची त्याची वागणूक तर त्याच्या नेहमीच्या धोरणाच्या सर्वस्वी विरुद्ध होती. या

अपराधाची जाणीव मनाशी ठेवूनच त्यानं जेव्हा दारावर थाप मारली, तेव्हा, "कोण समीर?" असा त्याच्या आईचा अत्यंत उतावळा आवाज त्याच्या कानी आला.

तिनं दार उघडताच त्यानं विचारलं, "आई अंधारातच बसली होतीस?"

त्याच्या पाठीवर आपला हात ठेवीत तिनं म्हटलं, "तू नसल्यावर अंधार काय आणि उजेड काय, सारखाच!"

आईचं हे बोलणं ऐकून त्याला आपल्या अपराधाची जाणीव अधिक झाली. त्याचा हात दिव्याच्या बटणावर असतानाच तिनं त्याला विचारलं, "कुठं गेला होतास इतका वेळ? मागं काळजी करणारी माणसं आहेत हे विसरलास वाटतं?"

"खरंच, माझा नाइलाज झाला. माझा एक फार जुना मित्र मला भेटला; त्यानं मला नेलं आणि बराच वेळ सोडलं नाही; आणि..."

परंतु पुढे त्याला बोलता आलं नाही. आयुष्यात अगदी पहिल्याप्रथमच तो आपल्या आईसमोर खोटं बोलत होता. त्याचं हे बोलणं ऐकून आत येत असलेल्या सरोजनं म्हटलं, "आई, अगदी साफ खोटं बोलतो आहे हा! मी याच्या ऑफिसमध्ये जाऊन तपास केला तेव्हा कळलं, की हा एका हॉटेलमध्ये तपासणी करण्यासाठी गेला आहे. तेथील बॉयला घेऊन मी त्या हॉटेलपाशी गेलेसुद्धा होते; परंतु बाहेरूनच ते हॉटेल मुसलमानी दिसलं म्हणून आत गेले नाही. बराच वेळ बाहेरच उभी होते."

यावर चट्दिशी आईनं म्हटलं, "सरोज, बरं केलंस हो! आणि तू तरी इतकी वेडी कशी गं? समीर असल्या हॉटेलमध्ये जाईल असं तुला वाटलं तरी कसं?"

आपल्या आईचं हे बोलणं ऐकून त्यानं आपल्या उजव्या हाताचं बोट सरोजसमोर हवेत फिरवलं आणि म्हटलं, "नाही तर काय? वेडीच आहे सरोज!"

इतकं बोलल्यानंतर तो तिथे थांबला नाही. कपडे बदलण्याचं निमित्त करून त्यानं जिन्याकडे धूम ठोकली. आणि जाताना सरोजकडे वळून तो म्हणाला, "आम्हाला चहा देणार ना?"

आपल्या वरच्या खोलीत प्रवेश केल्यानंतर मात्र त्याला वाटू लागलं की सरोजच्या पदरात वेडेपणा बांधून आपण आज खोटं बोललो, हे काही बरं केलं नाही. आपल्या आईला झाला प्रकार सांगून टाकावा आणि मोकळं व्हावं!

परंतु खरा प्रकार सांगितल्यानंतर तिला फार वाईट वाटेल अशी आपल्या मनाची समजूत करून घेऊन त्यानं तो बेत रद्द केला आणि अंगातला कोट काढला.

कोट काढून तो हँगरवर लटकून ठेवत असताना त्याची नजर वर टांगलेल्या त्याच्या पित्याच्या फोटोकडे सहज गेली आणि नंतर कितीतरी वेळ तो त्या फोटोकडे बघत राहिला. त्यांचे डोळे आणि त्यांची करारी मुद्रा या दोन गोष्टी थेट आपल्यासारख्याच आहेत, ही त्याची नेहमीची समजूत त्याला आताही खरी वाटली. ते आज हयात असते तर! ...तर पुष्कळ गोष्टी करायच्या त्यानं मनाशी

ठरवलं होतं; ते असते तर त्याच्यावर कुटुंबाची सारी जबाबदारी पडण्याचं काहीच कारण नव्हतं. आणि आज त्याला अज्ञात असलेल्या त्याच्या एका निकटवर्ती मित्राप्रमाणे तोही खुशाल परागंदा झाला असता आणि इतर अनेक भूमिगत कार्यकर्त्यांप्रमाणे त्यानं गुप्त राहून देशाचं कार्य केलं असतं-

'...आपण घरचे सारे पाश सोडून एकाएकी गुप्त झालो आहोत; सरकारनं आपल्याला पकडण्यासाठी वॉरंट सोडलेलं आहे, आणि आपल्याला पकडून देण्यासाठी मोठमोठी बक्षिसं लावली जात आहेत...'

याप्रमाणे स्वप्नमालिका त्याच्या डोळ्यांसमोर सरकून जात असतानाच तो पहिल्या कल्पनाचित्राशी आला.

आज आपले वडील हयात असते तर.

ते हयात आहेत किंवा नाहीत या गोष्टीचं ज्ञान त्याला कधीच झालं नव्हतं. याच फोटोकडे बघून आपल्या वडिलांच्याविषयी आपल्या आईला त्यानं फार पूर्वी एकदा प्रश्न विचारला होता, या गोष्टीचं त्याला स्मरण झालं. त्या प्रश्नाला त्याच्या आईनं त्या वेळी दिलेलं उत्तरदेखील त्याला आठवलं. त्याचा तो प्रश्न ऐकून तेव्हा ती म्हणाली होती, "तुझ्या वडिलांच्याविषयी तू काही विचारीत जाऊ नकोस! आज जरी नाही तरी वेळ येताच मी तुला साऱ्या गोष्टी सांगेन. परंतु अजून तू लहान आहेस."

त्यानंतर तो प्रश्न विचारण्याच्या भानगडीत समीर कधी पडला नव्हता.

या प्रश्नानं जसं आपल्या आईला दुःख होतं, तसंच तिच्या आंधळेपणाबद्दल प्रश्न विचारला असताना तिला वाईट वाटतं, ही जाणीव त्याला दुसऱ्या अशाच एका प्रसंगानं करून दिली होती. तेव्हापासून या दोन प्रश्नांबद्दल त्याला जरी कितीही कुतूहल वाटत असलं तरी ते त्यानं मनाच्या एका कप्प्यात जतन करून ठेवलं होतं. आणि त्याला कधीही आपलं डोकं वर काढू दिलं नव्हतं. कारण आपल्या कुतूहलापेक्षा आपल्या आईला होणारं दुःख फार मोठं आहे, याची पुरेपूर जाणीव त्याला होती. आपल्या आईला थोडंदेखील दुःख देणारी गोष्ट तो कधीही करणार नव्हता; आणि म्हणून तशी गोष्ट त्याच्या हातून आज अगदी पहिल्याप्रथम घडून येताच त्याला वाईट वाटलं आणि आईनं सरोजशी बोलताना आपल्यावरील व्यक्तविलेला विश्वास पाहून आपल्या अपराधाची जाणीव त्याला अधिक तीव्रतेनं होऊ लागली. झालेल्या अपराधाचं परिमार्जन कसं करावं या विचारात तो असतानाच सरोजनं वर येऊन म्हटलं, "शाब्बास! म्हटलं लौकर खाली येशील म्हणून वाट बघत बसले. परंतु हे रे काय? चहा निवून चालला तरी तुझा पत्ता नाही!"

आपल्या चेहऱ्यावर लगेच हास्य आणून त्यानं म्हटलं, "हा बघ आलोच!"

असं म्हणून तो तिच्या पाठोपाठ खाली गेला. चहाचा एक घोट घेऊन समीर म्हणाला.

"वा! फारच छान जमला आहे चहा!"

"पण आज इतका वेळ तू चहासाठी थांबलास हे आश्चर्यच म्हणायचं!"

आणखी एक घोट घेऊन समीर चटकन म्हणाला, "त्यात आश्चर्य कसलं! तुझ्या हातचा चांगला चहा मिळायचा या नुसत्या गोड कल्पनेतच मी इतका वेळ काढला."

आपली मान वेळावीत आणि त्याच्याकडे लडिवाळपणानं बघत सरोज त्याला म्हणाली, "अहा रे? हे जसं काही खरं वाटेल कोणाला? मी काही तुला आज ओळखत नाही!"

आणि खरंच ती त्याला काही आज ओळखत नव्हती. त्याच्या बालपणापासून ती त्याला त्याच्या घरात दिसत होती. आणि तेव्हापासूनच त्याचं आयुष्य एकत्र असं गेलं होतं. तिच्या वरील बोलण्यावर समीर हसत असतानाच तिनं आपली चर्या काहीशी गंभीर करून त्याला विचारलं, "समीर, खरंच आज तू कुठे गेला होतास?"

आणि त्याच्या चेहऱ्यावरील बदलते भाव मुळीच लक्षात न घेता तिनं पुढे म्हटलं, "साऱ्यांच्याच समोर माणसानं असं खोटं बोलू नाही. मघाशी आईजवळ खोटं सांगितलंस. माझ्याजवळ तरी खरं बोलणार नाहीस का?"

हे बोलताना तिनं 'माझ्याजवळ तरी' या शब्दांवर विशेष जोर दिलेला बघून समीरला वाटलं तिला म्हणावं, 'अशी तू कोण लागून गेली आहेस की तुझ्याजवळ मी माझं सारं अंतःकरण उघड करून सांगावं?'

पण तो तिला तसं म्हणाला नाही.

तो तिला तसं म्हणू शकत होता का? तिचं आणि त्याचं असं कोणतं नातं होतं की त्यामुळे त्यानं आपल्या अंतःकरणातील साऱ्या गोष्टी तिच्या जवळ उघड करून सांगाव्यात असं तिला वाटावं?

या प्रश्नाचं उत्तर कालच त्याला त्याच्या आईनं देऊन ठेवलं होतं.

तिनं सरोजविषयी त्याला बऱ्याच गोष्टी ऐकवल्या होत्या. आपल्या आईचं बरंच बोलणं त्याला आठवत होतं. ती त्याला म्हणत होती, "तुला कल्पना नसेल समीर; परंतु आपण जेव्हा पुण्याला आलो, तेव्हा आपल्याला अन्नवस्त्राची पंचाईत होती. आपली तशी स्थिती का झाली, त्याचा इतिहास मी तुला पुन्हा केव्हातरी सांगेन. परंतु आपली तशी स्थिती झाली होती खरी! त्या वेळेस माझ्या भावानं- या सरोजच्या वडिलानं आपल्याला हात दिला. इतकंच नव्हे, तर जेव्हा त्यानं आपले डोळे मिटले, तेव्हा तुझ्या शिक्षणाचीदेखील चोख व्यवस्था केल्याचं त्यानं मला सांगितलं!"

इतकं बोलून गतकालच्या आठवणींनी मातेचं हृदय भरून आल्यानं तिला पुढे बोलता आलं नव्हतं. परंतु गतकालच्या नुसत्या दुःखद आठवणींनी साजरा करण्याचा तो प्रसंग नव्हता. तिला समीरला काहीतरी पुढे सांगायचं होतं. वरील हकिगत सांगत असताना आपल्या डोळ्यांत जमा झालेले अश्रू आपल्या पदरानं पुसून तिनं आपल्या पापण्यांची हालचाल केली होती. आणि पुढे राहिलेली हकिगत सांगण्यास आरंभ केला होता.

तिनं म्हटलं होतं, "आणि अखेरीस आपली शेवटची इच्छा त्यानं माझ्याजवळ सांगितली. सरोजला मॅट्रिकपर्यंत शिक्षण दे आणि नंतर तिला आपली सून करून घे. असं म्हणून त्यानं जणू काय माझ्याकडून वचन घेण्यासाठी माझा हात आपल्या हातात घेतला; आणि मी मानेनं होकारार्थी उत्तर देताच त्याची वाचा बंद पडून माझ्या हातात हात ठेवूनच त्यानं कायमचे डोळे मिटले होते."

ही हकिगत सांगताना तिला समीरच्या मुद्रेवरची प्रतिक्रिया बघण्याची अनावर इच्छा होऊनदेखील तिला तसं करता आलं नव्हतं. कारण तिची दृष्टी पार गेली असल्यामुळे ती तसं थोडंच बघू शकणार होती? तथापि समीर बराच वेळ गप्प राहिलेला बघून तिनं पुढे मोठ्या अधीरतेनं म्हटलं होतं, "समीर, एखाद्याचं ऋण फार वाईट असतं बरं, आणि ते ऋण फेडण्याचं वचन त्या माणसाला मरणाच्या दारी दिलं असताना ते वचन मोडणं यासारखं दुसरं पातक नाही. तेव्हा तू नाही म्हणणार आहेस का?"

या शब्दांत तिची स्वतःचीदेखील उत्कट इच्छा स्पष्ट दिसत होती. वस्तुतः तिच्या या इच्छेविरुद्ध वागण्याचं त्याला काहीच कारण नव्हतं. सरोज रूपानं जरी नाही तरी गुणांनी चांगली होती. आणि रूपानं तरी ती वाईट थोडीच होती? तिचा श्यामल वर्ण सोडून दिला तर असं कोणतं व्यंग तिच्यात होतं की जे तिच्या सौंदर्याला कमीपणा आणीत होतं? उलट तिच्या काळ्या रंगाकडे बघून तो मनाशी नेहमी म्हणत असे की हिचा काळा रंग जर तसा नसता तर ती खचित कुरूप दिसली असती. म्हणजे त्याच्या मतानं तिचा काळा रंग तिला कुरूपता आणीत नसून, उलट तिच्या सौंदर्यात अधिकच भर टाकीत होता. अशा स्थितीत आपल्या प्रेमळ मातेला दुखवण्याचं त्याला कारणच काय होतं?

वरील बोलणं झाल्यानंतर जेव्हा तिच्या डोळ्यांतून भराभर अश्रू बाहेर पळू लागल, तेव्हा तिचा हात आपल्या हातात घेऊन तो म्हणाला होता, "आई, मी तुझ्या या प्रश्नाचं उत्तर उद्या देईन."

त्या क्षणी त्यानं त्या प्रश्नाचं उत्तर खचित होकारार्थी दिलं असतं; परंतु त्या वेळी त्याच्याकडे त्याचा एक मित्र येणार होता. तो येताना त्याला दिसल्यामुळे चट्‌दिशी तेथून उठून त्यानं आपल्या आईला म्हटलं होतं "मी आता माझ्या

मित्राबरोबरं बाहेर जातो. तुझ्या या प्रश्नाचं उत्तर मी उद्या देईन.''

"माझ्याजवळ तरी खरं बोलणार नाहीच का?'' असा प्रश्न जेव्हा सरोजनं त्याला विचारला तेव्हा त्याला प्रथम हीच शंका आली की आईनं सरोजला आपल्याप्रमाणे तोच प्रश्न विचारला असेल काय?

कदाचित असेलही! त्याशिवाय ती असं खचित म्हणणार नाही. एकूण तीसुद्धा आईच्या म्हणण्याप्रमाणे गृहीत धरून चालत होती तर! ...

तिच्या प्रश्नाला काहीतरी उत्तर देणं आवश्यक होतं म्हणून तो म्हणाला, "मी कोणाजवळ कधीही खोटं बोलत नाही. खरंच, मी माझ्या मित्राकडे गेलो होतो.''

आपलं हे बोलणं तिला पटलं नाही हे तिच्या चर्येवरून दिसत असतानादेखील आपण कशीतरी वेळ मारून नेली, या समाधानातच तो त्या ठिकाणाहून उठला. आपण वेळ मारून नेली असं समाधान आता जरी त्याला वाटत असलं तरी, आईच्या प्रश्नाला आज त्याला उत्तर द्यावं लागणार होतं. परंतु आजच त्याच्या आयुष्यात अशी काही विलक्षण घटना घडली होती की त्यामुळे त्या प्रश्नाला आपण काय उत्तर द्यावं, हे त्याचं त्यालाच समजत नव्हतं.

त्याच्या कल्पनेप्रमाणे तो प्रसंग टळला नाही. आणि प्रत्यक्ष उत्तर देते वेळी तर त्याची मोठी चमत्कारिक अवस्था झाली. रात्रीचं जेवण आटोपल्यानंतर सरोज स्वयंपाकघरात काहीतरी काम करण्यात गुंतलेली आहे असं बघून आईनं त्याला तोच प्रश्न विचारला तेव्हा बराच वेळ तो काहीच बोलला नाही. त्या प्रश्नाचं उत्तर टाळण्यासाठी आपल्याला आताच लग्न करायचं नाही असं जेव्हा त्यानं म्हटलं, तेव्हा त्याची आई त्याला म्हणाली, "आता कर किंवा केव्हाही कर; तो प्रश्नच नाही. मी सरोजबद्दल तुला जो प्रश्न विचारला आहे त्याचं सांग.'' तेव्हा त्याची खात्री झाली की त्या प्रश्नाचं उत्तर दिल्याखेरीज आपल्याला आता गत्यंतर नाही.

आपली मान खाली घालून तो हलक्या आवाजात म्हणाला, "आई, प्रश्नाचं उत्तर द्यायला मला जरा वेळ लागेल. आताच मी काही सांगू शकणार नाही.''

त्या दोघांचे बोलणं आडून ऐकत असलेली सरोज तेथे आली आणि तिनं आईला विचारलं, "दूध घेणार? का विरजण टाकू?''

"मला दूध नको आहे; टाक विरजण.'' असं आईनं म्हटल्यानंतर सरोज परत स्वयंपाकघराकडे जायला निघाली. आपल्याविषयी असा कोणता प्रश्न आईनं समीरला विचारला आहे याचं आश्चर्य करीतच ती कामाला लागली. आपल्या प्रश्नाला उत्तर देण्यास समीर का टाळतो आहे, याबद्दल आश्चर्य करीत आई त्या ठिकाणीच बसली आणि आपल्या व शिरीनच्या भेटीमुळे तर आपण

उत्तर देण्यास टाळाटाळ करीत नाही ना, असा प्रश्न आपल्या मनाला विचारीत समीरनं वरच्या खोलीची वाट धरली.

तीन

टांगा जसा घराजवळ येऊ लागला, तसा समीरला प्रश्न पडला, की सरोजला आता सांगायचं काय? त्याला तसा प्रश्न पडावा हे अगदी साहजिक होतं. कारण त्यानं दिलेल्या कोणत्याही उत्तरानं सरोजचं समाधान होण्यासारखं नव्हतं. तो तिला असं थोडंच सांगू शकणार होता की आपला काल ठरलेला बेत रद्द झाला? त्याचं कारण जर तिनं विचारलं असतं तर ते त्याला धड सांगताही आलं नसतं आणि आपला नवीन ठरलेला बेत त्याला बदलताही आला नसता. तिचा राग मुकाट्यानं सहन करण्याशिवाय त्याला दुसरं गत्यंतर नव्हतं आणि ते तर त्याला नको होतं. किंबहुना त्यासाठी तर त्यानं तो बेत ठरवला होता.

अलीकडे समीर आपल्यापासून हळूहळू दुरावत चाललेला आहे, अशी सरोजची कल्पना होत चालली होती. त्या कल्पनेला पुष्टी देणारा असा सबळ पुरावा जरी तिला देता आला नसता, तरी त्या कल्पनेपासून दूर सरकायला तिचं मन तयार नव्हतं. तशी स्पष्ट कारणं तिच्या डोळ्यांसमोर नव्हती. परंतु कारणंच शोधायची झाली, तर तिच्या नजरेसमोर बारीकसारीक गोष्टी नव्हत्या, असं मात्र म्हणता आलं नसतं. अशा एक-दोन गोष्टी कालच घडल्या होत्या. आणि त्या तिच्या स्मृतीत अगदी ताज्या होत्या. स्वतः समीरला पांढरं शुभ्र धोतर परिधान करायची आवड असल्यामुळे, त्याचं धोतर धुण्याचं काम नेहमी सरोजलाच करावं लागे. आपल्या या नेहमीच्या रिवाजाला धरून काल तिनं त्याचं नेसतं धोतर धुवायला मागितलं असताना तो म्हणाला होता, "मला नेहमी 'लोकांना' त्रास देणं आवडत नाही."

यावर तिनं जेव्हा म्हटलं होतं, "मी आता 'लोक' झाले वाटतं?" तेव्हा त्याला काहीच उत्तर देता आलं नव्हतं. परंतु तिला त्याचं धोतर मात्र धुवायला मिळालं नव्हतं. त्याचप्रमाणे तिनं संध्याकाळी नेहमीप्रमाणे त्याच्यासाठी चहा करून त्याच्यापुढे ठेवला, तेव्हा तो म्हणाला होता, "मी किनई बाहेर फार वेळा चहा घेतला आहे. अगदी कंटाळा आला आहे चहाचा आज!"

त्या वेळीही सरोजनं म्हटलं होतं, "आजच कंटाळा आला वाटतं माझ्या चहाचा? आज माझ्या चहाचा कंटाळा उद्या माझा...!"

असं म्हणून ती जरी काहीशा विषण्णतेनं हसली, तरी त्याला त्याही खेपेस काहीच बोलता आलं नव्हतं. वरील दोन्ही गोष्टी दिसायला जरी क्षुल्लक होत्या तरी त्या घडल्यापासून सरोजला मात्र वाटायला लागलं होतं, की समीर आपल्यापासून हळूहळू दुरावत चालला आहे.

आणि आपली ही कल्पना ती आपल्याच मनाशी ठेवू शकली नाही. त्या कल्पनेचा खरेपणा जमेस धरून तिला वाटायला लागलं होतं, की हे जर खरंच असेल तर आपली परिस्थिती मोठी चमत्कारिक होणार आहे. आपण मनाशी धरलेली आशा एकदम धुळीस मिळणार आहे. तेव्हा आपण आपल्या कल्पनेचा खरेखोटेपणा एकदा ताडून पाहायलाच पाहिजे!

आणि काल रात्री तिनं त्याप्रमाणे केलंसुद्धा होतं! ती दोघं चांदण्यांत गप्पा मारीत असताना तिनं म्हटलं, "समीर, एखाद्या माणसाबद्दल आपण काही अपेक्षा बाळगल्या आणि पुढे आपल्याला असं आढळून आलं की त्या आपल्या अपेक्षा फोल ठरणार आहेत, तर अशा वेळी मनुष्याला काय वाटत असेल?"

हा प्रश्न जरी तिनं समीरला उद्देशून विचारला, तरी तिची दृष्टी मात्र चंद्राकडे होती. जणू काय तिच्या प्रश्नाला त्या निळ्या विस्तीर्ण आकाशात मोठ्या डौलानं प्रकाशणाऱ्या त्या चंद्राकडूनच उत्तर मिळणार होतं. ती चंद्राकडे एकाग्रतेनं बघत असतानाच समीर तिला म्हणत होता, "पण तुला या प्रश्नाशी काय करायचं आहे?"

"माणसावर प्रसंग आल्याशिवाय का त्याच्या मनात असे प्रश्न उभे राहतात?"

यावर तो म्हणाला, "उगाच काही तरी वेडी समजूत करून आपल्या जिवाला त्रास करून घेतेस सरोज तू!"

"समीर, खरोखरच आम्ही स्त्रिया वेड्या असतो. म्हणूनच आमच्या अंतःकरणात आम्ही वेड्या आशा बाळगतो. आणि त्या पुऱ्या झाल्या नाहीत म्हणजे आम्ही स्वतःला दुःखी करून घेतो."

यावर समीरला म्हणावंसं वाटलं होतं, "वेड्या आशा तुम्ही अंतःकरणात बाळगताच का? त्या कधीच सफल होत नसतात. आणि त्या सफल झाल्या नाहीत म्हणजे त्याबद्दल होणारं दुःख हे तुमच्या वेडेपणाचं ठरीव पर्यवसानच आहे!"

परंतु तो तिला तसं म्हणाला नव्हता. कारण ती बोलत असताना तिच्या डोळ्यांत जमा होणारे अश्रू त्याला चंद्रप्रकाशात चमकताना स्पष्ट दिसत होते. परंतु आपल्या ते लक्षातच आलं नाही असं भासवून त्यानं तिला हसत म्हटलं होतं, "हे बघ, असं अधांतरी बोलू नकोस. तुला काय बोलायचं ते स्पष्टच सांग की!"

यावर त्याच्याकडे बघत जरा रडक्या स्वरात तिनं म्हटलं होतं, "इतकं स्पष्ट बोलले तरी अधांतरीच वाटतं? तुला हसू येत असेल समीर! पण तू हल्ली माझ्याशी कसा वागतोस याची कल्पना तरी आहे का तुला? आणि..."

परंतु तिला मध्येच थांबवून तो म्हणाला होता, "बरं, पूर्वीचं पूर्वी गेलं. आता मी तुझ्याशी कसा वागू ते सांग."

तिनं सहज त्याला थट्टेनं म्हटलं होतं, "उद्या माझ्याबरोबर सिनेमाला चल बघू!"

"सरळ सांग की सिनेमा पाहायचा आहे म्हणून! त्यासाठी एवढा रुसवा आणि फुगवा हवा कशाला?"

आणि त्यानंतर आज दोघांनी रात्रीच्या कुठल्यातरी सिनेमाला जोडीनं जायचं ठरलं होतं.

शिरीनला 'हो' म्हणताना या गोष्टीचं समीरला पक्कं स्मरण होतं; परंतु त्या वेळी तो तिलाही 'नाही' म्हणू शकला नव्हता.

आज तो ऑफिसच्या कामात असताना ऐन दुपारी एक मुलगा त्याच्याजवळ येऊन बराच वेळ उभा राहिला होता. जेव्हा समीरचं त्याच्याकडे लक्ष गेलं, तेव्हा त्यानं त्याच्याकडे प्रश्नार्थक मुद्रेनं बघितलं होतं. मग तो मुलगा त्याच्यी हातात एक चिठ्ठी देत म्हणाला होता, "बाईंनी दिली आहे ही चिठ्ठी!"

समीरला त्याला म्हणावंसं वाटलं होतं, 'अरे कोण बाई? आणि चिठ्ठी देण्याचा तुझ्या बाईचा आणि माझा संबंध काय?' परंतु असं विचारण्यापूर्वीच त्यानं ती चिठ्ठी वाचली होती. त्यात लिहिलं होतं,

"मीट मी आफ्टर युवर ऑफिस इज ओव्हर. आय ॲम अर्डंटली वेटिंग फॉर यू!" ('तुमचं ऑफिस सुटल्यानंतर मला येऊन भेटा. मी मोठ्या आतुरतेनं तुमची वाट बघत आहे'--शिरीन)

त्यानं मानेनंच त्या मुलाला येईन असं सांगितलं तेव्हा तो मुलगा म्हणाला होता, "जबाब मागितला आहे बाईंनी!"

"असं होय!" असं म्हणून तो हसला आणि त्याच चिठ्ठीवर त्यानं लिहिलं होतं-

'येस! बाय आल मीन्स!' ('होय, जरूर येईन!')

तेव्हापासून त्याचं आपल्या कामातून लक्ष उडालं होतं. शिरीन त्याला पहिल्याप्रथमच अशी चिठ्ठी पाठवीत होती आणि म्हणत होती की ती त्याची मोठ्या आतुरतेनं वाट बघत असेल!

आणि आपलं ऑफिस संपवून तो जेव्हा तिच्या घरी गेला, तेव्हा तिनं म्हटल्याप्रमाणे ती खरोखरच त्याची आतुरतेनं वाट बघत बसली होती. तो दिसताच तिनं विचारलं होतं, "किती उशीर केलात! मला वाटलं आता येतच नाही!"

"छे! तुमचा निरोप आल्यावर असं कसं होईल?"

आणि थोडा वेळ थांबून तोच पुढे म्हणाला होता, "कशाला एवढ्या घाईनं मला बोलावलं होतं?"

त्याचं हे बोलणं चालू असताना शिरीन त्याच्याकडे बघून हसत होती. त्याचं बोलणं थांबल्यानंतर तिनं आपलं हसणं थांबवून म्हटलं होतं, ''तुम्हाला बसायला जरा वेळ आहे ना? सांगते सर्व!''

त्याला वेळ नव्हता तरी त्यानं 'नाही' म्हटलं नव्हतं. आणि तिनं दाखवलेल्या खुर्चीवर तो बसला तेव्हा दारात जाऊन ती कासमला जोरजोरानं हाका मारू लागली होती. कासम तिच्याजवळ पळत आला तेव्हा तिनं त्याला विचारलं होतं, ''अरे अजून फुलं कशी आणली नाहीस? संध्याकाळ व्हायला आली!..''

''मी मघाशीच आणून ठेवली आहेत बाईसाहेब!''

असं म्हणून त्यानं स्टुलावरील पुड्याकडे आपलं बोटं केलं तेव्हा ती थोडीशी हसून त्याला म्हणाली होती, ''बरं, आता आम्हाला छानदार चहा पाठव बघू! अगदी लवकर हं! यांना घाई आहे.''

तिनं त्याच्याकडे बघितलं तेव्हा तो पुटपुटला होता, ''छे! विशेष घाई नाही.''

त्यावर त्याच्याकडे हसून बघत ती म्हणाली होती, ''तुम्हाला घाई नसेल; परंतु तुम्हाला घरी पिटाळण्याची मलाच घाई आहे ना! कारण घरी जाऊन लगेच मी पुन्हा तुम्हाला इथे बोलावणार आहे. मी एक कार्यक्रम आखला आहे.''

आणि यावर त्याला उत्तर देण्यास मुळीच अवधी न देता तिनं म्हटलं होतं, ''तुम्ही थांबा हं! मी प्रथम माझा एक संध्याकाळचा कार्यक्रम आटोपते.''

असं म्हणून ती उठली व स्टुलावरचा पुडा फोडून फुलांचा हार तिनं आपल्या हातात घेतला होता आणि महात्मा गांधीच्या भव्य फोटोला तिनं तो घातला होता. हार घातल्यानंतर समीरनं काही विचारण्यापूर्वीच ती त्याच्याकडे वळून म्हणाली होती, ''गेल्या ऑगस्टपासून माझा हा कार्यक्रम सतत चालला आहे. मुंबईला ऑगस्ट ठरावाचे वेळी त्यांनी ते जे भाषण केलं ते मी कधी जन्मात विसरणार नाही. माझं पूर्वीपासून जरी त्यांच्यावर प्रेम होतं तरी त्या दिवसापासून मला ते फार आवडायला लागले आहेत.''

असं म्हणून ती थांबली तरी समीर काही बोलला नव्हता. तेव्हा तीच पुढे म्हणाली होती, ''आमच्या जातीवर यांचं फार प्रेम म्हणून तुम्ही हिंदू लोक त्यांचा द्वेष करता; त्यांना दोष देता; परंतु वस्तुतः त्यांचं चुकतं कुठे, हे मला सांगा ना? असं आमच्या धर्मानं कोणतं पाप केलं आहे की त्यामुळे एखादा खडा उचलून बाजूला टाकावा त्याप्रमाणे तुम्ही आम्हाला दूर फेकून देता?''

समीरला वाटलं होतं, की आता ही आपल्याला धर्मावर छोटंसं व्याख्यान खचित ऐकवणार! आणि खरोखर त्याप्रमाणेच झालं होतं.

ती पुढे म्हणाली होती, ''आपण आपला संकुचितपणा टाकून देऊन प्रत्येक मनुष्यात एकाच परमात्म्याचं रूप प्रकट झालं आहे, हे जाणण्यास शिकलं पाहिजे.

बुद्ध मीच, येशू मीच आणि महंमदही मीच! जितके म्हणून धर्मप्रवर्तक आजपर्यंत होऊन गेले ते सर्व मीच, असा विश्वास माणसामध्ये निर्माण झाला पाहिजे. सर्व जगाचा एकच धर्म असावा, अशी इच्छा सर्व देशांतील तत्त्वज्ञ करीत असतात. पण वास्तविक पाहता, असा धर्म नवीन निर्माण करायाचा नसून तो आधीच अस्तित्वात आहे. मनुष्यात बंधुत्वाचं नातं जसं आधीच अस्तित्वात आहे, त्याचप्रमाणे सर्वांचं धर्म ऐक्यही आहे.''

मानवी धर्माचं हे गंभीर तत्त्वज्ञान सांगत असताना तो आपल्याकडे आश्चर्यानं बघत आहे. असं बघून तिनं म्हटलं होतं : ''हे सारं मी काही पदरचं सांगत नाही. तुमच्यातीलच एका धर्मात्म्यानं मला ही शिकवण दिली आहे.''

असं म्हणून तिनं भिंतीवर टांगलेल्या स्वामी विवेकानंदांच्या फोटोकडे आपलं बोट केलं होतं आणि पुढे ती म्हणाली होती : ''यांचं तत्त्वज्ञान विचारात घेऊन महात्मा गांधी राजकारणाचा गाडा हाकतात म्हणून सर्व पुढाऱ्यांत मला श्रेष्ठ वाटतात. आठ ऑगस्टला त्यांनी केलेलं भाषण ऐकून त्या अखेरच्या बंडात आपणही सामील व्हावं असं मला वाटलं होतं; परंतु राहिलेलं शिक्षण पुरं करावं आणि नंतरच राजकारणाला वाहून घ्यावं, अशी माझ्या घरची परिस्थिती असल्यामुळे मला तसं करता आलं नाही. मनुष्य एकदा एका विशिष्ट परिस्थितीनं जखडला गेला म्हणजे त्यातून त्याला बाहेर पडता येऊ नये, हे त्याचं केवढं दुर्दैव होय!''

अखेरचं वाक्य जेव्हा तिनं उच्चारलं, तेव्हा समीरला पुन्हा एकदा परागंदा झालेल्या आपल्या मित्राची आठवण झाली होती आणि त्यानं तिच्याकडे अशा काही अभिप्रायानं बघितलं, की जणू काय त्याला म्हणायचं होतं, 'माझीसुद्धा तशीच स्थिती झालेली आहे. तुझं आणि माझं बऱ्याच बाबतीत जुळतं म्हणायचं!'

परंतु उघड रीतीनं त्याला तसं बोलणं शक्य नव्हतं. तिचं बोलणं जेव्हा संपलं तेव्हा तो आपल्या जागेवरून उठत म्हणाला होता, ''मला आता गेलं पाहिजे.''

त्यावर तिनं म्हटलं होतं, ''वा! माझं मुख्य काम सांगायचं राहिलंच की! आज रात्री आमच्या कॉलेजचं गॅदरिंग आहे. आम्ही मुलींनी काही संवाद बसविले आहेत. एका संवादात मी कृष्णाचं काम करणार आहे. मोठ्या आवडीनं मी ते काम माझ्याकडे घेतलं आहे. आणि ते बघण्यास तुम्ही माझ्याबरोबर आज रात्री आमच्या कॉलेजमध्ये आलंच पाहिजे.''

त्या वेळी तिच्या प्रश्नाला उत्तर न देता समीर मनात म्हणाला होता, 'प्रत्येक व्यक्ती माझ्यावर अधिकार गाजवते याचा अर्थ काय?' सरोज त्याला पूर्वी म्हणाली होती, 'माझ्याजवळ तरी खरं बोलणार नाहीस का?' आणि आता शिरीन जणू काही अधिकारयुक्त वाणीनं त्याला सांगत होती, 'तुम्ही माझ्याबरोबर आज रात्री आमच्या कॉलेजमध्ये आलंच पाहिजे!'

छेः! या दोन मुलीचं आणि आपलं असं कोणतं नातं आहे की त्यामुळे त्या दोघींनी आपल्यावर असा अधिकार गाजवावा?

या विचारात तो गढला असतानाच शिरीन त्याला म्हणत होती, "विचार कसला करता? तुम्हाला माझ्यासाठी तरी आलंच पाहिजे. तुम्हाला दुसरीकडे काही काम नाही ना?"

त्याला पुन्हा अधिकाराची भाषा ऐकावी लागत होती. आपल्याला सरोजबरोबर सिनेमाला जायचं आहे, या गोष्टीचं त्याला पक्कं स्मरण होतं. तरीदेखील तो एकदम म्हणाला, "येईन की, मला कृष्णाच्या वेषात तुमचं काम बघणं फार आवडेल."

त्यानं तिच्या म्हणण्याला मान दिला होता. या आनंदातच ती म्हणाली होती, "घरी जाऊन सांगून इकडे या! का इकडेच जेवायला येता?"

त्यानं जेवणाचं निमंत्रण स्वीकारलं नव्हतं; परंतु तिच्या घरी येण्याचं मात्र मान्य केलं होतं. चहा घेऊन लवकर घरी पोचण्यासाठी त्यानं टांग्यात पाऊल टाकलं तेव्हापासूनच त्याला वाटायला लागलं की आपलं काहीतरी चुकलं आहे!

आणि टांगा जसा घराजवळ येऊ लागला तसा त्याला प्रश्न पडला की सरोजला आता सांगायचं काय? शिरीनला 'हो' म्हणण्यात आपण चूक तर केली नाही ना?

असं त्याला वाटू लागताच टांगा दाराशी थांबला आणि मग तसं वाटण्याचाही काही उपयोग नव्हता.

तो जेव्हा थेट सरोजच्या खोलीत गेला तेव्हा तिनं आपली केशभूषा नुकतीच संपवलेली त्याला दिसली. पाठीवर सोडलेल्या दोन शेपट्यांच्या मधोमध जेव्हा तिनं फुलांचा गजरा ठेवला तेव्हा त्याची चाहूल लागून ती एकदम दचकली आणि त्यांच्याकडे बघून म्हणाली, "हे रे काय? दुसऱ्याच्या खासगी खोलीत एकदम असं येणं बरं नाही बरं का!'

या तिच्या बोलण्यावर समीरला एकदम काहीच बोलता आलं नाही. तो तिच्याकडे न्याहाळून बघत होता, ही गोष्ट तिच्या लक्षात येताच तो गोंधळला. तो मनात म्हणत होता, 'सरोज काही दिसायला खरंच वाईट नाही. तिला हे दोन शेपटे मोठे खुलून दिसतात आणि तिच्या या कुरळ्या केसांकडे बघून तिच्या श्यामल वर्णाकडे लक्षही जात नाही, इतके ते सुंदर आहेत. कदाचित काळी आहे म्हणूनच आकर्षक दिसत असेल.'

परंतु हे विचार उघड रीतीनं तिच्याजवळ बोलणं त्याला शक्य नव्हतं.

म्हणून तिच्या वरील प्रश्नाला उत्तर देण्याच्या इराद्यानं तो म्हणाला, "दुसऱ्याच्या खोलीत एकदम शिरल्याशिवाय का अशी गंमत पाहायला सापडते?"

असं म्हणून त्यानं तिच्याकडे जेव्हा विशेष रोखून बघितलं तेव्हा ती म्हणाली, ''पुरे झाला तुझा फाजीलपणा. चल, आता लवकर आटप, आधीच किती उशीर केला आहेस! आता लवकर मी ठेवलेला चहा घे आणि अर्ध्या तासानं जेवायला तयार हो! रात्रीचा कार्यक्रम लक्षात आहे ना?''

हे बोलताना तिच्या तोंडावर केवढा उत्साह दिसत होता! अशा वेळी तिला नाही म्हणणं त्याला शक्य होतं काय?

तिला एकदम होय म्हणून टाकावं आणि शिरीनला नकारार्थी निरोप धाडावा असं त्याला क्षणभर वाटलं.

पण ते क्षणभरच!

दुसऱ्याच क्षणी तो तिला म्हणाला, ''सरोज, मला आज रात्री तुझ्याबरोबर येता येणार नाही. मला दुसरीकडे जायचं आहे.'' हे म्हणताना त्यानं आपली मान खाली घातली होती, तरी आपलं बोलणं ऐकल्यानंतर तिच्या मुद्रेवर कोणते भाव उमटतील याची त्याला पुरेपूर कल्पना होती.

सरोजनं रडव्या स्वरात त्याला विचारलं, ''दुसरीकडे कुठं जायचं आहे तुला?''

''ते तुला काय करायचं आहे? मला तुझ्याबरोबर येता येणार नाही हे खास! आपण पुन्हा केव्हातरी जाऊ!''

एवढं बोलून तो खोलीच्या बाहेर पडला तेव्हा ती स्वतःशी पुटपुटली, 'तुला काय करायचं आहे? समीर, मला काय करायचं आहे हे तुला नाही कळणार!'

ही वाक्यं बोलत असताना तिची नजर समोरच्या आरशाकडे गेली. आपल्या डोळ्यांत जमा झालेले अश्रू तिला त्या आरशात अंधूक दिसले. तिनं आपल्या वेणीवर ठेवलेला फुलांचा गजरा हातात घेऊन दूर भिरकावून दिला. जणू काय समीरबद्दल आतापर्यंत बाळगलेल्या साऱ्या अपेक्षा तिनं त्या रूपानं तशाच दूर भिरकावून दिल्या होत्या!

चार

पडदा वर सरकण्यापूर्वीच सभागृहात संगीताचे मंजूळ सूर ऐकू येऊ लागले. त्यामुळे सभागृहात चाललेली मनस्वी गडबड एकदम थांबली; आणि साऱ्यांचं लक्ष स्टेजच्या पडद्याकडे लागलं. काही वेळानं शिटी वाजल्याचा आवाज झाला. आणि हळूहळू पडदा वर सरकू लागला. नंतर स्टेजवरचं दृश्य पाहून प्रेक्षकांमध्ये इतकी शांतता पसरली, की विजेचे दिवे लावण्यासाठी केलेल्या बटणाचे आवाजदेखील तिसऱ्या रांगेत खुर्चीवर बसलेल्या समीरला स्पष्ट ऐकू आले. लगेच बासरीचा नाद साऱ्या सभागृहात घुमू लागला. त्या मंजूळ आवाजाला साथ देण्यासाठी चाळ वाजू लागले आणि लगेच व्हायोलिनचं पार्श्वसंगीत त्या नादात मिसळलं. समीरनं आपली मान उंचावून स्टेजवर नजर टाकली तेव्हा श्रीकृष्णाच्या वेषात गोपीच्या मेळाव्यात मध्यभागी उभ्या असलेल्या शिरीनला त्यानं ताबडतोब ओळखलं. निळा झगझगीत प्रकाश तिच्या तोंडावर पडला असल्यामुळे त्या वेषात तिचं सौंदर्य मोठं अप्रतिम दिसत होतं. त्या सौंदर्याकडे बघत असताना समीरची इतकी समाधी लागली की तिच्याभोवती फेर धरून नाचणाऱ्या गोपी त्याला दिसेनाशा झाल्या. इतकंच नव्हे, तर त्या भव्य सभागृहात आपल्याभोवती बसलेले असंख्य प्रेक्षक एकाएकी लुप्त झाले असून, त्या ठिकाणी आपण अगदी एकटेच आहोत; आणि आपलं मन प्रसन्न करण्यासाठी आपला सारा विपुल केशसंभार पाठीवर सोडून कृष्णाचा वेष घेतलेली शिरीन ही स्टेजवर एकटीच आहे, असं त्याला वाटलं.

तो या समाधीत असतानाच त्याच्या शेजारच्या एका प्रेक्षकानं आपल्या जवळच्या सोबत्याला म्हटलं, "श्रीकृष्णाची ही नक्कल नेहमीप्रमाणे नाही बरं का! त्याच्या भोवती फेर धरणाऱ्या गोपींचे पोषाख बघितलेस का? एकीचा पोषाख पारशी तर दुसरीचा हिंदी पद्धतीचा पोषाख! असे निरनिराळ्या धर्मांतील पोषाख त्या गोपींनी केलेले आहेत."

आणि थोडा वेळ थांबून आपल्या मित्राला आणखी माहिती देण्याच्या इराद्यानं त्यानं पुढे म्हटलं, "आणि ती पहिलीस का मुसलमानी पोषाख केलेली एक गोपी त्या फेराच्या बाहेर श्रीकृष्णाकडे मोठ्या भक्तिभावानं बघत उभी आहे."

हे बोलणं चालू असताना श्रीकृष्णाभोवती चाललेला गोपींचा फेर ऐन रंगात आला होता. संगीताच्या सुरांना चढती कमान लागली होती. तबल्याची लय जलद झाली होती आणि विजेच्या दिव्यांचे झगझगीत रंग एकसारखे पालटत होते. परंतु एकदम एका क्षणात हे सारं बंद झालं. गोपीचा फेर मोडून श्रीकृष्ण बाहेर पडला आणि आतापर्यंत त्याच्याकडे भक्तिभावानं बघत त्याची आतुरतेनं प्रतीक्षा करीत उभ्या असलेल्या गोपीला त्यानं कडकडून मिठी मारली.

ते दृश्य पाहून सभागृहात टाळ्यांचा इतका प्रचंड कडकडाट झाला की जणू काय ते सारं सभागृह खचित खाली कोसळणार, अशी भीती प्रत्येकाला वाटू लागली.

नंतर टाळ्यांचा आवाज बंद पडला, तरी गडबड थांबली नाही. बघितलेल्या दृश्यावर आपापल्या तऱ्हेनं जो तो चर्चा करू लागला. काही विद्यार्थी कागदाची विमानं करून ती मुलींवर फेकण्यात गर्क झाले होते. कित्येक विद्यार्थी निष्कारण कर्कश शिट्या मारताना दिसत होत; तर क्वचित ठिकाणी कॉलेज विद्यार्थिनींवर बाष्कळ कोट्या चाललेल्या ऐकू येत होत्या.

परंतु समीरला यापैकी काही एक दिसत नव्हतं, किंवा ऐकू येत नव्हतं. स्टेजवर पाहिलेलं दृश्य तो पुनःपुन्हा डोळ्यांसमोर आणण्याचा प्रयत्न करीत होता. या प्रयत्नांत तो असतानाच एक सूट घातलेला विद्यार्थी त्याच्याजवळ आला आणि हळूच त्याला म्हणाला, "तुम्हाला शिरीन जरा बोलावते आहे."

असं म्हणून त्या मुलानं स्टेजच्या कोपऱ्याकडे बोट केलं. समीरनं जेव्हा त्या दिशेकडे पाहिलं तेव्हा शिरीन त्याला खुणेनं तिकडे बोलावीत होती. तो आपल्या जागेवरून तिच्याजवळ गेला तेव्हा ती त्याला म्हणाली, "तुम्हाला चहा घ्यायला हाक मारली!"

आणि तो आपल्याबरोबर येत आहे असं बघून तिनं म्हटलं, "आता यापुढे आमचं एक नाटक आहे. ते झालं म्हणजे आपण घरी जायला मोकळे होऊ!"

चहा घेऊन समीर जेव्हा परत आपल्या जागेवर येऊन बसला तेव्हा त्याला स्वतःचा मनस्वी राग आला. शिरीनजवळ जाऊन तिनं केलेल्या कामाबद्दल आपण अभिनंदनाचा एकही शब्द उच्चारला नाही, याबद्दल त्याची त्यालाच चीड आली.

आणि मग सारं नाटक मनाच्या त्या बैचेन अवस्थेतच तो बघत होता. नाटकातील संवादाकडे त्याचं मुळीच लक्ष नव्हतं. त्याला स्टेजवर श्रीकृष्णाच्या वेषात असलेली शिरीनच एकसारखी दिसत होती. निळ्या प्रकाशात विशेष खुलून दिसणारी तिची अंगकांती तो आपल्या डोळ्यांसमोर पुनःपुन्हा आणीत होता; आणि गाण्याला ज्याप्रमाणे 'वन्स मोअर' देतात, त्याप्रमाणे श्रीकृष्णानं त्या गोपीला जेव्हा कडकडून मिठी मारली त्या प्रसंगाला 'वन्स मोअर' देता आलं असतं तर किती छान

झालं असतं, असं त्याला एकसारखं वाटत राहिलं.

नाटकाचा तिसरा अंक संपून जेव्हा पडदा खाली पडला, तेव्हा त्यानं सुटकेचा निःश्वास टाकला आणि तो आपल्या जागेवरून उठणार इतक्यात पुन्हा स्टेजवरील पडदा वर सरकला आणि बोलणाऱ्या व्यक्तीनं म्हटलं, ''हा काही नाटकाचा एखादा प्रवेश नव्हे! आता एक गोड काम करण्यास मी इथे उभा आहे. ते काम म्हणजे आभार प्रदर्शन नि बक्षिसं वाटणं हे होय.''

कॉलेजचा एक प्रोफेसर हे बोलत असतानाच समीर मनाशी म्हणत होता, 'हे गोड काम आज केलं नसतं तरी चाललं असतं. ही त्याची वेळ नव्हे!'

आणि या विचारांबरोबरच त्याला आपल्या कॉलेजच्या दिवसांची आठवण झाली. कोणत्याही नाटकाच्या नंतर हे आभारप्रदर्शनाचं खूळ त्याला मुळीच मान्य नव्हतं. कारण नाटक बघितल्यानंतर प्रेक्षकांच्या वृत्ती फार वरच्या दर्जाला पोचलेल्या असतात. तेव्हा आभार प्रदर्शनाच्या कार्यक्रमानं त्या वृत्तींना एकदम खाली आणण्याचं कार्य मात्र केलं जातं. त्यामुळे नाटक संपल्यानंतर हे असले खुळचट कार्यक्रम ठेवू नयेत, अशा मताचा तो होता. आणि आपलं हे मत शिरीनला केव्हा एकदा बोलून दाखवतो, असं त्याला झालं होतं. ते मत व्यक्त करताना एक सुंदर उपमा मनाशी त्यानं योजून ठेवली होती. परंतु शिरीनची आणि त्याची गाठ पडली तरी तिच्याशी त्याला एकदम बोलता आलं नाही. कारण तिच्याभोवती मुलींचा मोठा घोळका जमला होता आणि तिची नाना प्रकारांनी गंमतीशीर थट्टा चालली होती. समीरला बघताच ती आपल्या मैत्रिणींना म्हणाली, ''मला आता गेलं पाहिजे.''

त्या मुलींपैकी एकीनं जेव्हा म्हटलं, ''का? कोणी कृष्ण वाट बघत उभा आहे वाटतं?'' तेव्हा शिरीननं आपला हात त्या मुलीवर उगारला आणि म्हटलं, ''चल, फाजील कुठली!''

आणि समीरकडे बोट दाखवीत ती पुढे म्हणाली, ''माझे एक स्नेही नाटकाला आले होते. त्यांच्याबरोबर मला जायचं आहे.''

साऱ्या मुलींनी समीरकडे नजर टाकली तेव्हा तो गोंधळून गेला. नंतर त्यांपैकी काही मुलींनी खाकरून आपला घसा साफ करून घेतला; एकमेकांकडे बघून नेत्रपल्लवी केली आणि शिरीनकडे बघून म्हटलं, ''मग काय, तुला गेलंच पाहिजे. परंतु उद्याच तू आमची गाठ घेतली पाहिजेस बरं का? तुझी खूप खूप चेष्टा करायची राहिली आहे!''

कॉलेजचं गेट ओलांडून जेव्हा ती दोघं बाहेर पडली, तेव्हा समीर म्हणाला, ''तुमचं अभिनंदन करतो मी! वास्तविक ते मघाशीच करायला हवं होतं; परंतु त्या वेळी तुमच्या कामाचा माझ्यावर इतका परिणाम झालेला होता, की मला त्या गोष्टीचं विस्मरण पडलं. तेव्हा ती चूकच असेल तर त्याला तुमचं चांगलं कामच

जबाबदार म्हणावं लागेल."

"वा! छान! म्हणजे आपल्या चुकीचं खापर दुसऱ्यावर असं फोडायचं वाटतं?"

असं म्हणून ती हसली आणि पुढे म्हणाली, "परंतु माझं काम चांगलं व्हायला तुम्ही जबाबदार आहात, हे तुम्हाला कुठे माहीत आहे? तुम्ही आज आला नसतात तर माझं काम इतकं चांगलं खचित झालं नसतं."

असं म्हणून आपल्या हातातील बक्षीस मिळालेला चांदीचा पेला तिनं त्याच्यापुढे केला आणि गंभीरपणानं म्हटलं, "तेव्हा, ही घ्या आपली बक्षिसी! माझ्यापेक्षा या बक्षिसावर वास्तविक तुमचाच हक्क अधिक आहे. कारण केवळ तुमच्या उपस्थितीमुळेच माझं काम चांगलं झालं."

तिचा तो गंभीरपणाचा आविर्भाव बघून समीर मनसोक्त हसला आणि बक्षिसाचा विषय निघालेला बघून त्यानं म्हटलं, "खरंच, तुमचा तो बक्षीस समारंभ बघून मला मनस्वी कंटाळा आला."

आणि आपले मघाचे सारे विचार बोलून दाखविल्यानंतर तो शेवटी म्हणाला, "खरोखर असला कार्यक्रम म्हणजे भैरवीनंतर भूप राग आळवण्यासारखं आहे!"

त्याची ही उपमा ऐकून शिरीन खूप हसत सुटली. ती हसत असताना तिच्या गालाला खळी पडलेली पाहून त्याला आश्चर्य वाटलं. कारण तशी खळी त्यानं पूर्वी तिच्या गालावर कधी बघितली नव्हती. परंतु थोडा विचार केल्यानंतर त्याला कळून आलं, की तिनं स्मितहास्य केलं तर ती दिसत नसावी. ती मनसोक्त हसली तरच ती त्या ठिकाणी दिसत असली पाहिजे. आणि तसं हास्य तिनं त्यांच्यासमोर पूर्वी कधी केल्याचं त्याला आठवेना. परंतु तिच्या सौंदर्यात या एका नवीन विशेषाची भर पडलेली दिसताना त्याला परमावधीचा आनंद झाला आणि तो तिच्याकडे अधिकच निरखून बघू लागला. जणू काय त्याला वाटलं असावं की अशा बघण्यानं तिच्या सौंदर्याचे आणखी असेच नवे नवे पैलू त्याच्या दृष्टीच्या टप्प्यात येणार आहेत.

थोडं अंतर चालून गेल्यावर शिरीन म्हणाली, "घरी जाण्यासाठी आपण टांगा करू या!"

या तिच्या बोलण्यावर आपली मान नकारार्थी हलवीत समीरनं म्हटलं, "वा! इतकं सुंदर चांदणं पडलं असताना आपण जर टांग्यातून घरी गेलो, तर आपल्यासारखे अरसिक आपणच! त्यापेक्षा चालत जाण्यातच गंमत येईल."

शिरीननं त्याच्या या बोलण्याला ताबडतोब आपली संमती दिली आणि पायीच घरी जाण्याचा बेत त्या दोघांनी कायम केला.

रस्त्यावरील विजेचे दिवे मालवले असल्यामुळे पृथ्वीवर पडलेला चंद्रप्रकाश एखाद्या मधुर स्वप्नाप्रमाणे वाटत होता. आणि त्या प्रकाशात चमकणारे डांबरी रस्ते दूरपर्यंत दिसत होते. क्वचित ठिकाणी एखाद्या वृक्षाची छाया त्या रस्त्यावर

पडल्यामुळे एखाद्या पांढऱ्या पार्श्वभूमीवर निर्सगानं एखादा सुंदर देखावा चित्रित केल्याचा भास होत होता. रहदारी हळूहळू कमी होत गेली होती आणि बराच वेळ चालून गेल्यानंतर त्यांना रस्त्यावर एकही माणूस आढळत नव्हता. त्या निर्जन मार्गावरील तो देखावा बघून समीरला वाटलं, सृष्टीचं केवढं सौंदर्य हे! आपला शीतल प्रकाश मुक्त हस्तांनी साऱ्यांना सारखाच वाटण्याचं तरी चंद्राचं हे केवढं औदार्य! या निशिकांताची ही समता जर आपल्या मानवात उतरली, तर पृथ्वीवरील किती तरी अनर्थ एकदम टळतील!

याप्रमाणे समीरचे विचार आणखी किती वेळ चालले असते कोणास ठाऊक! परंतु एकदम शिरीनच्या मुखावर निळा झगझगीत प्रकाश पडलेला त्याला दिसला; आणि चमकून त्यानं तिच्याकडे बघितलं. रस्त्यावरील कडेच्या बागेत एका मोठ्या स्तंभावर टांगलेल्या विजेच्या निळ्या दिव्यांचा प्रकाश तिच्या मुखावर पडलेला होता. तिच्याकडे बघत समीरनं म्हटलं, ''माझ्याजवळ आता आरसा असायला हवा होता.''

शिरीन त्याच्याकडे प्रश्नार्थक मुद्रेनं पाहू लागली तेव्हा तो पुढे म्हणाला, ''आरसा असता म्हणजे कृष्णाच्या वेषात तू कशी दिसत होतीस हे तुला दाखवता आलं असतं.''

'तुला' दाखवता आलं असतं'' हे शब्द त्यानं उच्चारले आणि लगेच आपली जीभ चावून त्यानं पुढे म्हटलं, ''मला माफ करा हं! मी चुकून 'तुम्हाला' ऐवजी 'तुला' म्हटलं!''

शिरीन गंभीरपणाचा आव आणून म्हणाली, ''छे, छे! मी माफी वगैरे काही एक करीत नसते. चुकीला शिक्षा ही हवीच!''

''अवश्य! शिक्षा घ्यायची माझी तयारी आहे. सांगा शिक्षा!''

''शिक्षा हीच की तो गुन्हा तुम्ही पुनःपुन्हा केला पाहिजे!''

या तिच्या बोलण्यावर समीर मनसोक्त हसत असतानाच शिरीन त्याला म्हणाली, ''हं! मघाशी काय म्हणालात? तुमच्याजवळ आरसा हवा होता नाही का?''

आणि त्याच्याकडे बघत तिनं पुढे म्हटलं, ''हा आहे की आरसा! आणि हातच्या कांकणाला आरसा हवा कशाला?''

यावर ती दोघंही खूप हसली. हसणं संपल्यानंतर शिरीन पुढे म्हणाली, ''माझं काम खरंच आवडलं का?''

''मला तुमचं काम......''

मध्येच त्याला थांबवून शिरीननं म्हटलं, ''दिलेली शिक्षा इतक्यातच विसरलात वाटतं? पुनःपुन्हा अपराध करणाऱ्या माणसाला कडक शिक्षा होते बरं का!''

समीर या वेळी अगदी मनापासून हसला आणि नंतर म्हणाला, ''मला तुझं

काम तर फार आवडलंच! परंतु त्यातल्या त्यात त्या देखाव्याच्या कल्पनेवर तर आपण बेहद खूश झालो!''

''ती कल्पनादेखील माझीच आहे! ''

''खरंच?''

समीरच्या या प्रश्नावर तिनं म्हटलं, ''हो! तुम्हाला आश्चर्य वाटत असेल समीर! कारण मी उठल्यासुटल्या धर्मावर आणि निरनिराळ्या धर्मातील एकीबद्दल बोलते. परंतु माझ्या आयुष्यातील एक प्रसंग मला कळल्यापासून मला त्या प्रश्नाचा जणू काय ध्यासच लागून राहिलेला आहे. आणि आजच्या देखाव्यातदेखील मला हेच दाखवायचं होतं की श्रीकृष्णानं आपल्याभोवती खुशमस्करी करणाऱ्या गोपींना न जुमानता मोठ्या भक्तिभावानं त्याच्याकडे बघत एका बाजूला उभ्या असलेल्या, मुसलमानी पेहराव केलेल्या त्या गोपीला कडकडून मिठी मारली. जगात खऱ्या भक्तीचं स्वरूप हे असं असतं- निदान असायला हवं! खरी भक्ती जात, पात, धर्म वगैरे काही एक जाणत नाही; आणि......''

तिला मध्येच थांबवून समीरनं विचारलं, ''म्हणजे याचा अर्थ असा की जगात एकच धर्म हवा?''

त्याचा प्रश्न ऐकून तिनं म्हटलं, ''छे, छे! असं असणं शक्य नाही. किंबहुना साऱ्या जगाचा जर एक धर्म झाला, तर त्या दिवशी जग संपलंच म्हणून समजा. कारण विविधता हाच मुळी जीवनाचा आत्मा आहे. मग ती विविधता नष्ट झाली तर ते जीवन उरलंच कोठे? या सृष्टीवरील साऱ्या सौंदर्याचं स्वरूप जरी एकच असलं, तरी त्या सौंदर्याला विविधता आहेच किनई? त्याचप्रमाणे जगातील सारे धर्म वस्तुतः एकच आहेत. त्याचं ध्येय तेच, त्या सर्वांनी सांगितलेलं सत्य तेच, साऱ्यांची शिकवण तीच; परंतु स्वरूप मात्र भिन्न! तुमच्या हिंदू धर्मातील एका तत्त्ववेत्यानं हीच गोष्ट एक सुंदर दृष्टान्त देऊन सांगितलेली आहे. एखादा मनुष्य सूर्यावर जाण्यास निघाला आहे, अशी कल्पना करा. आणि आपल्या प्रत्येक मुक्कामाला सूर्याचे नवे नवे फोटो तो देत आहे, असंही समजा. तो गृहस्थ परत येईल तेव्हा त्याच्याजवळ सूर्याचे पुष्कळ फोटो जमा झालेले असतील. हे फोटो आपण पाहिले तर यातील कोणत्याही दोन फोटोंत साम्य नाही, असं आपणास आढळून येईल. पण त्यात साम्य नसलं म्हणून ते एकाच सूर्याचे निरनिराळ्या जागांवरून घेतलेले फोटो आहेत, ही गोष्ट कोण नाकबूल करील? साऱ्या धर्मांच्या बाबतीत हाच दाखला तुम्ही लावून बघा, म्हणजे तुमच्या प्रश्नाचं उत्तर तुम्हाला आपोआपच मिळेल.''

तिचं हे बोलणं समीर मोठ्या तन्मयतेनं ऐकत होता. आणि मनातल्या मनात तिच्या या उदात्त विचारांची स्तुती करीत होता. तो तिच्याबद्दलच्या या विचारात

संपूर्णपणानं गढून गेला असतानाच एका इमारतीकडे बोट करून तिनं पुढे म्हटलं, "इतकं हवं कशाला? या समोरच्याच इमारतीचे फोटो निरनिराळ्या ठिकाणाहून घेतले तरी तेसुद्धा अगदी निराळे येतील. सारांश, जगातील सारे धर्म एक असले तरी त्यांची स्वरूपं मात्र भिन्न भिन्न आहेत– नव्हे, ती असणं अगदी अपरिहार्य आहे. कारण पृथ्वीच्या पाठीवरील कोणताही धर्म सर्वस्वी निर्दोष असणंच शक्य नाही. एका धर्मात एक गोष्ट नसली तरी ती दुसऱ्यात असू शकेल– किंबहुना एका अपूर्ण धर्माला पुस्ती जोडण्यासाठीच दुसरा धर्म निर्माण झालेला असतो. तेव्हा हे सारे धर्म एकमेकांना मारक न होता पूरकच झाले पाहिजेत."

आणि थोडा वेळ थांबून तिनं समीरला विचारलं, "पटलं का तुम्हाला माझं म्हणणं?"

तिचं सारं म्हणणं त्याला पटलं होतं. पटलं होतं असं म्हणण्यापेक्षा पटवून घ्यावं लागलं होतं. कारण धर्मावर तिच्याप्रमाणे त्यानं थोडाच विचार केला होता? तथापि तिला चिडवण्याच्या हेतूनं त्यानं तिच्या वरील प्रश्नावर म्हटलं, "मला तुमचं म्हणणं पटलं असं घटकाभर धरून चाला; पण धर्मासाठी तुमच्या औरंगजेबानं आमच्या संभाजीचे जे अनन्वित हाल केले, ते आम्ही कधीही विसरू शकणार नाही. किंवा धर्माच्या नावाखाली बंदा बैरागी या शीख हुतात्माच्या प्रत्यक्ष पोटच्या मुलाचं काळीज कापून ते त्याच्या तोंडात घालण्याचे अमानुष प्रकार तुमच्या मुसलमानी राज्यात घडले, ही गोष्ट आम्ही विसरावी असं तुम्हाला तरी वाटतं का?"

त्याच्या कल्पनेप्रमाणे त्याचा हा शेवटचा प्रश्न ऐकून शिरीन खरोखरच चिडली आणि आपला स्वर जरा उंच करून म्हणाली, "हे सारे प्रकार धर्माच्या नावाखाली झाले असले तरी आमच्या धर्मांची तशी शिकवण होती का? आमचे सारे धर्मग्रंथ हवे तर तुम्ही वाचून काढा. असले प्रकार धर्मासाठी करावेत असं सांगणारी एकही ओळ आमच्या धर्मग्रंथात आढळणार नाही. किंबहुना पृथ्वीच्या पाठीवर जे जे म्हणून धर्म अस्तित्वात आहेत, त्यांच्या ग्रंथांतही अशी शिकवण तुम्हाला कधीच सापडणार नाही. मानवाच्या अंतिम हितासाठी तर साऱ्या धर्मांची प्रस्थापना होत असते; परंतु धर्माच्या नावाखाली त्या धर्मग्रंथांचा विपर्यास करून त्यांच्या अनुयायांनी असली हीन कृत्यं करावीत, हे केवढं दुर्दैव!"

तिच्या आवाजात कंप येऊन ती थांबली, तरी समीर काही बोलला नाही. किंबहुना बोलण्याजोगं असं त्याच्याजवळ काहीच नव्हतं. काही वेळ थांबल्यानंतर तिनं आपली नजर वर करून समीरकडे बघितलं आणि म्हटलं, "समीर, तुम्ही म्हणता अशी कृत्यं माझ्याही माहितीत खूप आहेत. इतकंच काय, पण तसल्या एका कृत्याचा प्रत्यक्ष माझ्या घराशी संबंध यावा, याची केव्हा केव्हा मला शरम वाटते. तो सारा इतिहास मी तुम्हाला कधीतरी सांगणारच आहे. किंबहुना तुम्हाला तो सांगावा असा विश्वास तुम्ही माझ्यामध्ये खचित निर्माण केला आहे. प्रसंग येताच

माझ्या अंतःकरणात दडलेल्या साऱ्या साऱ्या गोष्टी मी तुम्हाला सांगेन.''

असं म्हणत असताना तिच्या डोळ्यांत हळूहळू अश्रू जमा होत होते. तिला मनस्वी दुःख देणाऱ्या अशा कोणत्या गोष्टी तिच्या अंतःकरणात दडून बसलेल्या आहेत, याबद्दल समीरला कल्पना करता येईना. त्याबद्दल त्याला कुतूहल वाटू लागलं असलं तरी एकही शब्द त्याच्या तोंडातून बाहेर पडला नाही. तो तिच्याकडे स्थिर दृष्टीनं बघत असतानाच तिनं पुढे म्हटलं, ''आणि म्हणून समीर, तेव्हापासून मी मनाशी एक गुप्त प्रतिज्ञा करून ठेवली आहे, ती तुम्हाला सांगायला हरकत नाही, असं मला वाटतं.''

समीर प्रश्नार्थक मुद्रेनं तिच्याकडे बघत असतानाच ती आपली मान खाली घालून म्हणाली, ''मी जातीनं मुसलमान असले तरी एका हिंदूशी विवाहबद्ध होण्याचं मी ठरवलं आहे.''

एवढं बोलून ती बराच वेळ गप्प बसली तेव्हा समीर तिला म्हणाला, ''कोण भाग्यवान हिंदू आहे तो?''

तिनं आपली मान चटकन वर करून समीरकडे बघत म्हटलं, ''आपले सारे पाश आणि उराशी बाळगलेल्या खोट्या धार्मिक कल्पना टाकून देऊन एका मुसलमान मुलीशी विवाहबद्ध व्हायला तयार असणारा कोणताही हिंदू!''

तिच्या या बोलण्यावर समीर एक दीर्घ उसासा सोडला आणि तो म्हणाला, ''याचा अर्थ अजून कोणताच 'वर' निश्चित झाला नाही तर! म्हणजे आम्हाला अजून आशेला जागा आहे.''

त्याचं बोलणं संपलं तेव्हा शिरीननं त्याच्याकडे चमकून बघितलं आणि म्हटलं, ''समीर......''

आणि बराच वेळपर्यंत तिला पुढे बोलता आलं नाही. या वेळपर्यंत तिच्या डोळ्यांत जमा झालेले बरेच अश्रू तिनं आपल्या हातातील रुमालानं पुसले आणि पश्चिम क्षितिजावर टेकलेल्या मावळत्या लालभडक चंद्रबिंबाकडे बघत तिनं म्हटलं, ''समीर, जगात इतके चांगले लोक असू शकतात, अशी माझी कल्पना नव्हती. अर्थात तो माझ्या कल्पनेचा दोष नाही. माझ्या बालपणापासूनच माझं आयुष्य अशा चमत्कारिक परिस्थितीत गेलं आहे, की त्यामुळे चांगल्या गोष्टीपासून जणू काय माझी फारकत झाली आहे. परंतु तुमची गाठ पडल्यापासून मला वाटतं आता चांगल्या गोष्टींचा अनुभव मला येणार आहे.''

आणि थोडा वेळ थांबून तिनं पुढे म्हटलं, ''परंतु ही आशा अखेरीस खोटी तर ठरणार नाही ना, अशी का कोणास ठाऊक मला भीती वाटते. समीर, खरंच सांगा की प्रसंग आला तर तुम्ही म्हणता त्याप्रमाणे वागाल? तुमच्या अंगी एवढं धैर्य राहील? सारे पाश तुम्ही माझ्यासाठी दूर कराल? आता या क्षणी मला तुम्ही नाही

म्हणालात तरी चालेल. त्यामुळे माझी निराशा होईल हे खरं; परंतु ती निराशा क्षणभरच टिकेल. पण एकदा का 'हो' म्हणालात आणि नंतर त्याप्रमाणे तुम्हाला वागता आलं नाही म्हणजे माझी जी निराशा होईल, ती मात्र मला सहन होणार नाही; कारण आतापर्यंत निराशेशिवाय आयुष्यात माझ्या वाट्याला दुसरं काहीच आलेलं नाही. आणि आता जर या बाबतीत माझी निराशा झाली, तर ती मला खरंच सहन होणार नाही. तेव्हा हो म्हणण्यापूर्वी विचार करा समीर! कठीण गोष्ट आहे ही!''

तिच्या बोलण्यावर समीरनं चटकन म्हटलं, ''चांगली गोष्ट मिळविण्यासाठी कठीण गोष्ट ही केलीच पाहिजे!''

समीरचं हे वाक्य पुरं झालं तेव्हा चंद्र क्षितिजाखाली गेला होता आणि सारी पृथ्वी एकदम अंधारात बुडून गेली होती.

शिरीनला निरोप देते वेळी समीर म्हणाला, ''उगाच नसत्या शंका वाढून आपल्या मनास त्रास करून घेऊ नकोस. कोणताही प्रसंग आला तरी मी माझं वचन विसरणार नाही, मग तर झालं ना? शांतपणानं झोप. मी उद्या संध्याकाळी जेव्हा येईन तेव्हा तू अगदी खूप खूप आनंदात दिसली पाहिजेस!''

त्याच्याकडे बघत तिनं हसून म्हटलं, ''आनंदाचा हा असला ठेवा मला मिळाला असताना मी आता आनंदी का दिसणार नाही? खरंच तुम्ही उद्या बघा! मात्र तुम्ही नक्की या हं!''

तिचा निरोप घेऊन तो जेव्हा रस्त्यावरून चालू लागला तेव्हा साऱ्या रस्त्यावर त्याला अंधाराशिवाय दुसरं काहीच दिसत नव्हतं. परंतु त्या अंधारातदेखील त्याच्या डोळ्यांना शिरीनची मूर्ती एकसारखी दिसल्याचा भास होत होता. आणि रात्रीच्या अखेरच्या प्रहरी ऐकलेल्या सुंदर संगीताचे स्वर, ते संगीत संपलं तरी ज्याप्रमाणे कानात घुमत राहावेत, त्याप्रमाणे शिरीनचं सारं संभाषण त्याच्या कानात घुमत होतं. त्यामुळे रात्रीच्या गस्त घालणाऱ्या पोलिसांनी आपल्या काठीनं डांबरी रस्त्यावर केलेले आवाज त्याला मुळीच ऐकू येत नव्हते. मनाच्या या गोड तंद्रीत तो चालला असताना रस्त्यावर बसलेल्या एका कुत्र्याच्या शेपटीवर जेव्हा त्याचा पाय पडला, तेव्हा त्या कुत्र्याच्या किंचाळण्यानं तो एकदम आपल्या तंद्रीतून जागा झाला. मग त्यानं जोरानं आपली पावलं उचलून घर गाठलं.

दारावर त्याची थाप बसताच सरोजनं ताबडतोब दार उघडलं. रात्रभर रडून तिचे सुजलेले डोळे त्याला विजेच्या प्रकाशात स्पष्ट दिसूनही त्यानं न बोलताच वरच्या खोलीचा रस्ता धरला; आणि सरोजही न बोलता आपल्या झोपण्याच्या खोलीत निघून गेली. तिनं संध्याकाळी फेकून दिलेल्या गजऱ्यांची फुलं पार सुकून गेली होती. समीरबद्दल बाळगलेल्या तिच्या भावनांचीदेखील तीच स्थिती होणार होती काय?

पाच

"साहेबांना टांग्यातून उतरून घ्यायला खाली चला."

हे शब्द टांगेवाल्यानं उच्चारले तेव्हा हातात पेटतं निरांजन घेऊन सरोज पाठमोरी उभी होती. तिनं आपली मान किंचित वळवून टांगेवाल्याकडे बघितलं तेव्हा तिच्याकडे बघून तो पुन्हा म्हणाला, "साहेब घेरी येऊन रस्त्यावर पडले आणि मी त्यांना टांग्यात घालून आणलं आहे. त्यांना उतरून घ्यायला खाली या!"

टांगेवाल्याचं हे बोलणं चालू असताना थरथरत्या हातानं निरांजन देवापुढे ठेवताना तिला मोठे प्रयास पडले. निरांजन खाली ठेवून ती धावतच टांगेवाल्याच्या पाठीमागं गेली. त्याचं बोलणं ऐकून आणि तिची धावपळ बघून पलीकडच्या खोलीत बसलेल्या आईनं तिला जरा घाबरूनच प्रश्न विचारला, "काय झालं गं सरोज?"

परंतु या प्रश्नाला उत्तर देण्यापूर्वीच ती टांग्याजवळ येऊन दाखल झाली होती.

समीरला बिछान्यावर नीट निजवल्यानंतर त्यांच्या कपाळावर हात ठेवून सरोजनं विचारलं, "बरं वाटतं ना आता?"

त्यानं मानेनं 'हो' म्हणताच ती पुढे म्हणाली, "तरी तुला सांगितलं होतं की बाहेर जाऊ नकोस म्हणून!"

आणि मग तिला सकाळपासून घडलेल्या एक एक गोष्ट आठवू लागल्या.

आदल्या दिवशी रात्री जागरण झालं असतानादेखील आज सकाळी समीर नेहमीप्रमाणे लवकर उठला होता. जागरणाचा त्याच्यावर मुळीच परिणाम झालेला दिसत नव्हता. किंबहुना त्याची मुद्रा नेहमीपेक्षाही अधिक आनंदी दिसत होती. त्याला लवकर उठलेला बघताच सरोजनं त्याला विचारलं होतं. "झाली इतक्या लवकर झोप?"

त्यानं आपल्या केसांवरून आपले दोन्ही हात फिरवून म्हटलं होतं, "शांत झोप लागली म्हणजे थोडी झोपदेखील पुरते."

आणि थोडा वेळ थांबून तिच्याकडे हसून बघत तो पुढे म्हणाला होता, "आणि तुला माहीतच आहे की आहार, विहार, भय, निद्रा नि मैथुन या गोष्टी वाढवाव्या

तितक्या वाढतात.''

त्याच्या या बोलण्यावर तिनं त्याला उत्तर दिलं होतं, ''मला शरीरशास्त्राचे धडे देऊ नकोस. लवकर तोंड धू आणि चहाला चल बघू!''

आणि मग लवकर तोंड धुवून त्यानं तिच्या हातचा चहा घेतला होता. चहा घेतल्यानंतर प्रत्येक गोष्ट करताना त्याच्या मनातील आनंद व्यक्त होत होता; आणि ही गोष्ट सरोजच्या नजरेतून सुटली नव्हती. त्याला अंघोळीचं पाणी काढून दिल्यानंतर तिनं म्हटलं, ''समीर, आज आपली स्वारी फार आनंदात दिसते आहे!''

तिचा हा प्रश्न ऐकून त्याला मनस्वी इच्छा झाली होती की तिला नव्हे साऱ्या जगाला सांगावं, की 'सुंदर तरुणीचं प्रेम मी जिंकलं आहे. आता माझ्या आनंदात कोणती कमतरता आहे? असेना ती परजातीची! प्रेमापुढे त्या गोष्टीचं महत्त्व काय?'

परंतु तसं उत्तर देणं त्याला शक्य नव्हतं. आपल्या अंतःकरणातील आनंदाचं कारण गुप्त राखताना त्याला मोठे प्रयास पडले होते. साऱ्याच प्रेमिकांना जर तसे प्रयास पडत असतील, तर प्रेमाचा छळवाद काही कमी नाही, असं त्याला वाटलं होतं. परंतु प्रेमिकांच्या सात्त्विक आनंदात कोणी त्यांचे वाटेकरी होऊ नये म्हणूनच प्रेमाच्या राज्यात गुप्ततेचा दंडक असला पाहिजे, अशी त्यानं आपल्या मनाची समजूत करून घेतली होती आणि सरोजच्या वरील प्रश्नाला त्यानं निराळंच उत्तर दिलं होतं. तो तिला म्हणाला होता, 'तुला ती म्हण ठाऊक आहे ना, की अपमान ठेवावा मनात आणि मान सांगावा जनात? तशीच एक नवीन म्हण मी शोधून काढली आहे.''

त्याच्याकडे प्रश्नार्थक नजरेनं बघत असलेल्या सरोजला तो पुढे म्हणाला होता, ''ती म्हणजे, दुःख ठेवावं मनात आणि आनंद दाखवावा जनात.''

आणि मग तो विषय त्या ठिकाणीच थांबविण्याच्या इराद्यानं त्यानं पुढे म्हटलं होतं, ''सरोज, माझी एवढी मान चोळतेस का? फारच काळी झाली आहे!''

त्याचं हे बोलणं ऐकून तिला मनस्वी आनंद वाटला होता. त्याची अशा प्रकारची कामं करण्यात तिला नेहमीच आनंद वाटत असे. आणि तशी कामं करून घेण्याचं जर त्यानं नाकारलं, तर तिला मनातून त्याबद्दल विषाद वाटून ती मनात म्हणत असे, 'समीर आताशा असा चमत्कारिक का वागतो कुणाल ठाऊक!'

आणि असेच प्रसंग अलीकडे फार आले होते; आणि ते एकामागून एक येत गेल्यामुळे तिच्या मनात त्याच्याबद्दल काहीशी अढी निर्माण होत गेली होती. परंतु आज सकाळपासून तो तिच्याशी फारच चांगल्या तऱ्हेनं वागला होता; आणि त्यामुळे ती पुनःपुन्हा म्हणत होती, की 'समीरबद्दल आपण निष्कारण गैरसमज करून घेत होतो. तो खरंच चांगला आहे!'

एकीकडून त्याच्याबद्दल तिच्या मनात हे विचार चालू असताना तिनं म्हटलं होतं, "आज ऑफिस नाही वाटतं? एवढ्या शांतपणानं साऱ्या गोष्टी चालल्या आहेत?"

चोळलेल्या मानेवर ऊन पाणी घेत असताना तो म्हणाला होता, "छे! काल चांगलंच जागरण झालं आहे, तेव्हा आज ऑफिसला चाट!"

तो काल रात्री कोठे गेला होता असा प्रश्न त्याला विचारावा असं तिला फार वाटलं होतं; परंतु त्याच्याबद्दल अशा तऱ्हेनं संशय घेऊन आपण आपल्या मनाचा हलकेपणा व्यक्त करता कामा नये, अशी तिनं आपल्या मनाची समजूत घातली होती आणि त्याला निराळाच प्रश्न विचारला होता,

"समीर, आज जर तुला ऑफिस नसेल तर आपण संध्याकाळी सिनेमाला जाऊ, येशील का?"

या तिच्या प्रश्नावर तो म्हणाला होता, "जेवण झाल्यावर मी खूप झोप घेणार आहे. नंतर संध्याकाळचं संध्याकाळी!"

यावर ती काहीच बोलली नव्हती. त्याची मान अजून स्वच्छ निघाली नाही असं बघून त्याच्या मानेला पुन्हा साबण लावताना तिचं लक्ष त्याच्या गालाकडे गेलं होतं आणि तिला अनावर मोह झाला होता की-

पण लगेच तिनं मनात म्हटलं होतं, "छे ! स्त्रिया स्वतःहून असं काही करीत नसतात."

आणि तो मोह टाळण्यासाठी तिनं म्हटलं होतं, "किती रे मान काळी झाली आहे? मला वाटतं दिवाळीनंतर आजच चोळायचा प्रसंग आला ना?"

तो म्हणाला होता, "कोण आमची मान चोळणार रोज रोज?"

"मी नाही का?"

यावर त्यानं म्हटलं होतं, 'दुसऱ्याला नेहमी नेहमी असा किती त्रास द्यायचा?"

"मी तुला दुसरी वाटते ना?"

आणि जणू काय त्याचं एखादं गुपित बाहेर आणण्याच्या इराद्यानंन ती पुढे म्हणाली होती, "मला वाटतं तुझ्यामध्ये हा फरक अलीकडेच पडला आहे."

परंतु तिच्या कल्पनेप्रमाणे तिच्या या प्रश्नानं त्याचं गुपित बाहेर आलं नव्हतं. कारण त्या प्रश्नावर तो फक्त एवढंच बोलला होता, "मला तू परकी वाटण्याचं कारण काय? तुला जर त्रास वाटत नसेल तर माझी मान तू रोज चोळलीत तरी त्याचं मला काहीच वाटणार नाही. मग तर झालं ना?"

समीरच्या या उत्तरानं तिला मनस्वी आनंद झाला होता.

परंतु दुपारीच त्या आनंदावर विरजण पडण्याजोगी गोष्ट घडली होती.

दुपारची झोप झाल्यानंतर आपल्या कॉटवर पडल्या पडल्याच त्यानं सरोजला

हाक मारून म्हटलं होतं, "माझ्या टेबलाच्या खणातला थर्मामीटर मला देतेस का?"

त्याच्या गालावर हात ठेवून काळजीयुक्त चेहरा करून ती म्हणाली होती, "का रे? फार ताप आला आहे वाटतं?"

तिच्याकडे बघून तो म्हणाला होता, "तुम्ही स्त्रिया किनई कधी कधी भारीच कौतुक करता."

या त्याच्या बोलण्यावर तिला म्हणावंसं वाटलं होतं, 'स्त्री झाल्याशिवाय तुला नाही कळायचं ते!'

आणि थर्मामीटर लावून झाल्यानंतर तो जेव्हा ताप बघू लागलो तेव्हासुद्धा त्याच काळजीयुक्त स्वरात तिनं विचारलं होतं, "किती रे ताप आहे?"

"फार नाही. शंभर तर आहे."

असं म्हणून समीर उभा राहिला आणि तो घड्याळाकडे बघत असतानाच ती त्याला म्हणाली होती, "तू किनई आता उठू नकोस. पडून राहा म्हणजे ताप उतरेल."

"ताप असा फार नाही; परंतु मधूनच थोडीशी चक्कर येत आहे."

या त्याच्या बोलण्यावर तिनं म्हटलं होतं, "चक्कर येत आहे ना? थांब हं? तुला थोडी सुंठसाखर देते."

आणि सुंठसाखर घेऊन ती जेव्हा परत खोलीत आली, तेव्हा तो बाहेर जाण्याच्या तयारीत असलेला तिला दिसला होता. त्याच्याकडे आश्चर्यानं बघत तिनं म्हटलं होतं, "हे काय? एवढ्या तापात बाहेर कुठे निघालात?"

त्यानं जरा बेफिकीरीनंच उत्तर दिलं होतं, "माझं काही महत्त्वाचं काम आहे."

"अंगात इतका ताप असताना बाहेर जाण्याइतकं महत्त्वाचं काम आहे?"

"ते तुला काय करायचं आहे?"

या त्याच्या उत्तरावरदेखील तिनं त्याला विनवणीच्या स्वरात म्हटलं होतं, 'समीर, तुला काही का काम असेना; मला त्याच्याशी काहीच कर्तव्य नाही. परंतु असल्या तापात मी तुला बाहेर जाऊ देणार नाही."

"तू मला जाऊ न देणारी अशी कोण लागून गेली आहेस?"

'मी कोण ते तुला सांगितलं असतं! परंतु ते न सांगता जर तुला कळत नसेल तर सांगून तरी त्याचा काय उपयोग होणार?' हे शब्द तिच्या अगदी जिभेवर आले होते. परंतु मोठ्या प्रयासानं तिनं ते परत फिरवले होते.

ती त्याला उघड रीतीनं तसं म्हणू शकत नव्हती. न सांगताच त्यानं आपलं अंतःकरण ओळखावं, अशी तिची अपेक्षा होती. गेले कित्येक दिवस तिच्या त्या अपेक्षेला धक्के बसत आले होते. परंतु आज सकाळपासून मात्र समीरच्या एकंदर

वागणुकीवरून तिला वाटायला लागलं होतं, की आज ना उद्या आपली अपेक्षा खचित सफल होणार! परंतु त्याच्या वरील बोलण्यानं त्या अपेक्षाला नवीनच धक्का बसला होता.

तो जेव्हा घराच्या बाहेर पडला तेव्हा तिनं आपल्या मनाशी म्हटल होतं की, 'ही वेडी अपेक्षा आता आपण बाळगता कामा नये. त्यामधून दुःखाखेरीज दुसरं काहीच निष्पन्न होणार नाही. तेव्हा आपल्या अंतःकरणातील हा आशेचाच खेळ संपवावा आणि निराशेला अंतःकरणातील एका कप्प्यात बंद करून टाकावं.'

समीरशी कठोर वागण्याचा निश्चय ती मनाशी करीत असतानाच टांगेवाल्याचे शब्द तिनं ऐकले होते. तिचा कठोरपणानं वागण्याचा निश्चय कोठल्या कोठे लुप्त झाला होता आणि ती धावतच समीरला वर आणण्यासाठी खाली गेली होती.

आणि त्याला आता बिछान्यावर नीट निजवल्यानंतर ती त्याला म्हणत होती, "तरी तुला सांगितलं होतं की बाहेर जाऊ नकोस म्हणून!"

समीरनं आपले मिटलेले डोळे उघडले आणि तो म्हणाला. "मला ऑफिसचं महत्त्वाचं काम होतं. ते न करून चाललं असतं का?"

हे खोटं सांगताना त्याच्या मनाला मुळीच विषाद वाटला नाही. त्याला एका यवन तरुणीचं प्रेम जिंकायचं होतं आणि त्यासाठी याहीपेक्षा खोटं बोलण्याचे प्रसंग त्याच्यावर येणार होते. तो ठरल्याप्रमाणे शिरीनकडे जायला निघाला होता हे सरोजला सांगणं त्याला शक्य होतं काय?

आणि तिलाही त्याच्या अधिक स्पष्टीकरणाची जरुरी नव्हती. त्यानं सांगितल्याप्रमाणे तो ऑफिसच्या कामासाठी गेला होता या गोष्टीवर तिचा चटकन विश्वास बसला. त्यानं म्हटल्याप्रमाणे ऑफिसचं काम न करून त्याला चालण्याजोगं नव्हतं. कारण त्याच्या घरची परिस्थितीच आता अशी झाली होती की साऱ्या कुटुंबाच्या पोषणाची जबाबदारी त्याच्यावर येऊन पडलेली होती. त्याला आपल्या अंध मातेचं मोठ्या तत्परतेनं करायचं होतं; आणि सरोजच्या कॉलेजशिक्षणाचा खर्च पार पाडायचा होता. अशा स्थितीत जर त्यानं ऑफिसच्या कामाची हेळसांड केली, तर ते चालण्याजोगं होतं काय? क्वचित प्रसंगी आपल्या प्रकृतीची हेळसांड झाली तरी ती त्यानं विचारात घेऊ नये, अशी त्याच्या घरची परिस्थिती झालेली होती.

आणि ही गोष्ट तिच्या मनात येताच तिला मनस्वी वाईट वाटलं. आपण समीरला काहीतरी मदत करायला हवी, अशी तीव्र इच्छा तिच्या मनात उत्पन्न झाली. निदान त्याच्याबद्दलच्या अनुदार विचारांना आपण आपल्या मनात थारा देता कामा नये, असं तिला वाटू लागलं. आणि आपल्या कुटुंबाबद्दलची त्याची तत्परता बघून तिनं मनात म्हटलं, 'उगाच आपण मघाशी समीरला दोष दिला! तो कदाचित लहरी असेल; पण तो आपल्याला वाटला इतका काही वाईट नाही.

आणि दुष्ट तर नाहीच नाही!'

त्याच्याबद्दल तिचे हे विचार चालू असतानाच समीर तिला म्हणाला, ''माझं ऑफिसचं महत्त्वाचं काम नसतं तर तुझं म्हणणं मोडून मी खास बाहेर गेलो नसतो.''

हे वाक्य जेव्हा त्यानं उच्चारलं तेव्हा तिच्या अंतःकरणातील त्याच्याबद्दलचं सारं प्रेम परत उचंबळून आलं. तिनं आपला हात त्याच्या केसावरून फिरवला. 'मला जाऊ न देणारी तू अशी कोण लागून गेली आहेस?' हे त्यानं उच्चारलेलं वाक्य ती पार विसरली. तो तसं बोलला होता की नाही याचाही संभ्रम तिला काही काळ पडला. 'तुझं म्हणणं मोडून मी खास बाहेर गेलो नसतो,' हे त्याचं एकच वाक्य तिच्या डोळ्यांसमोर पुनःपुन्हा दिसू लागलं; आणि तिनं आपल्या मनाला स्पष्ट बजावलं की समीरबद्दल वाईट ग्रह करून घेण्याचा उतावीळपणा यापुढे तरी तू करू नकोस!

परंतु तीनच दिवसांनी तिचा हा सारा भ्रम एकाएकी दूर झाला. तिसऱ्याच दिवशी त्याचा हा ताप दोषी असल्यानं डॉक्टरनी सांगितलं. तेव्हापासून त्या दोघांच्या तोंडचे पाणी पळालं. ''या तापात शुश्रूषा चांगलीच करायला लागते. त्यावरच रोग्याचं सारं भवितव्य अवलंबून असतं,'' असं डॉक्टरांनी सांगताच त्याच्या शुश्रूषेत कोणत्याही प्रकारचा उणेपणा पडणार नाही, अशी दक्षता त्या दोघीही घेऊ लागल्या. तिसऱ्या दिवशी दुपारी जेव्हा त्याचा ताप बराच वाढला, तेव्हा त्याच्या कपाळावर एकसारख्या कोलनवॉटरच्या पट्ट्या ठेवण्याचं काम सरोज एकसारखी करीत होती. एक क्षणभरही त्याच्यापासून दूर जायला ती तयार नव्हती. दारावर थाप बसल्यानंतर तिला त्याच्या जवळून उठणं भागच होतं. तिनं आपल्या जागेवरून उडून दार उघडलं आणि बाहेर आलेल्या मुलांकडे बघून तिला वाटलं की हा मुलगा खचित वाट चुकला असला पाहिजे. त्या मुलाचे तेल चोपडलेले लांबलचक केस पाहून आणि भयंकर मळकट कपडे बघून तिचा तसा ग्रह होणं साहजिक होतं. असल्या घाणेरड्या मुलाचं आपल्या घरात काहीच काम असू शकणार नाही, हा विचार मनात येऊन ती त्याला काही विचारणार तोच त्यानं तिला विचारलं, ''समीर सरदेशपांडे हितंच ऱ्हात्यात का?''

त्याचं अशुद्ध मराठी ऐकून तिचा त्याच्याबद्दलचा पूर्वीचा ग्रह कायमच राहिला आणि समीरबद्दल त्यानं केलेली चौकशी पाहून तिला आश्चर्य वाटलं. तिनं त्याच्याकडे बघून आपल्या कपाळाला आठ्या घातल्या आणि म्हटलं, ''होय! इथेच राहतात ते! काय काम आहे त्यांच्याशी?''

आपल्या हातातील कडं बघून तो म्हणाला, ''मला त्यांना भेटायचं आहे. त्यांना ही चिठ्ठी द्यायची आहे.''

यावर सरोजनं जरा जोरातच उत्तर दिलं, "ते भेटू शकणार नाहीत; परंतु तुझी चिठ्ठी मात्र मी त्यांना देऊ शकेन."

सरोजच्या या बोलण्यानं तो मुलगा जरा विचारात पडल्यासारखा दिसला. त्यानं चिठ्ठी असलेला आपला हात जरा पुढे केला आणि तो पुटपुटला, "बाईसाहेबांनी खुद्द साहेबांनाच ही चिठ्ठी द्यायला सांगितली आहे. तेव्हा ते भेटले असते तर बरं झालं असतं."

त्याच्या हातातील चिठ्ठी जवळजवळ ओढून घेऊनच तिनं म्हटले, "अरे हो! खुद्द साहेबांनाच देते ती मी, आण इकडे!"

तो मुलगा निघून गेल्यानंतर तिनं मोठ्या आतुरतेनं त्या चिठ्ठीतला मजकूर वाचला. त्या चिठ्ठीच्या अखेरची 'शिरीन' ही सही तिनं बघितली आणि बुचकळ्यात पडून ती मनाशी म्हणाली, "शिरीन! कोण आहे ही शिरीन?"

आणि पुन्हा तिनं त्या चिठ्ठीतल्या मजकुरावर आपली नजर फिरवली. शिरीननं त्या चिठ्ठीत लिहिलं होतं :

``My Dear Samir,
It seems to be the practice of men to be cruel towards Women. Perhaps you are aware of the agonies Which a woman in love has to undergo. Otherwise you would not have failed to come as per your word. Enough of this hide and seek play now. Do see me today in the evening.

Yous
Shirin."

("प्रिय समीर,
स्त्रियांशी निर्दयपणानं वागण्याचा मला वाटतं, पुरुषांचा शिरस्ताच दिसतो. प्रेमात पडलेल्या स्त्रियांचं दुःख तुम्हाला समजत नसलं पाहिजे; नाहीतर मला शब्द दिल्याप्रमाणे तुम्ही खचित आला असता. आता हा लपंडाव पुरे झाला. मला आजच संध्याकाळी येऊन भेटा.

तुमची
शिरीन.")

तिनं शिरीनचं हे पत्र चार वेळा वाचलं तरी त्यातील मजकूर चौथ्या खेपेसही कायम होता. मग मनाशी ती त्या पत्रातील मजकुराची छाननी करू लागली. प्रथम त्या पत्रामध्ये लिहिलेला सुरुवातीचा मायना तिला मुळीच आवडला नाही. असं तिनं लिहायला नको होतं असं तिला वाटलं. परंतु अलीकडच्या मुली

पुरुषांच्या अल्प परिचयानंतर त्याला उद्देशून लिहिलेल्या पत्रात खुशाल असं लिहितात. तेव्हा त्याबद्दल फारशी हरकत घेण्यात काहीच अर्थ नाही, अशी तिच्या मनाची समजूत होत चालली असतानाच तिच्या डोळ्यांसमोरून त्या पत्रामधील पुढील मजकूर सरकू लागला. आणि ते सारे पत्र पुन्हा वाचल्यानंतर तिची खात्री पटली की हे पत्र एखाद्या प्रेयसीनं आपल्या प्रियकराला लिहिलेल्या पत्रासारखंच आहे. तिची अशी खात्री पटताच तिनं कधीही न बघितलेल्या त्या मुलीचा तिला मनस्वी राग आला आणि समीरच्या आतापर्यंतच्या एकंदर वागणुकीचा तिला एकदम उलगडा झाला. हल्ली रात्री त्याला घरी यायला उशीर का होतो, त्याचं कारण तिला समजून आलं. त्या रात्री आपला सिनेमाचा कार्यक्रम रद्द करून तो बाहेर कोठे गेला होता आणि चार दिवसांपूर्वी ऑफिसच्या कामाच्या नावाखाली अंगात ताप असताना आपलं मन मोडून तो बाहेर का गेला, याचंही कारण तिला सापडलं.

'शिरीन!'

तिनं ते नाव पुनःपुन्हा उच्चारलं आणि आपल्या मनाशी म्हटलं, 'ही मुलगी नावावरून खचित आपल्या जातीची नसली पाहिजे. ती कुणीतरी पारशी, ख्रिश्चन किंवा मुसलमान अशाच जातीची असणार खास!...

'आणि तसं असेल तर? घातच झाला म्हणायचा! डोळ्यांदेखत आपल्या आंधळ्या आईचा मृत्यू, आपल्या प्रेमाचा शेवट आणि साऱ्या कुटुंबांची वाताहत बघायची; दुसरं काय?'

तिला आतल्या खोलीतून समीरच्या आईनं हाक मारली तेव्हा आपल्या डोळ्यांतून वाहणारे अखंड अश्रू अवरोधून ती आत गेली.

आईनं जेव्हा तिला विचारलं, ''कोण गं आलं होतं? ''तेव्हा तिच्या प्रिय पुत्राचे सारे प्रताप तिला सांगून टाकावेत, असा मोह तिला झाला. परंतु तो क्षणभरच! त्यामुळे तिला होणाऱ्या परमावधीच्या दुःखाची तिला कल्पना होती; आणि विशेषतः समीर रुग्णशय्येवर अशा परिस्थितीत पडला असताना तरी तिला तसं सांगणं उचित नव्हतं. तिनं आपल्या ब्लाउजच्या खिशात ती चिठ्ठी ठेवली आणि म्हटलं, ''छे! दुसरं कुणी नव्हतं. समीरच्या ऑफिसमधला मुलगा आला होता.''

आणि आईला हे उत्तर देऊन ती आपल्या मनाशी म्हणाली, 'समीर माझ्याशी कसाही वागला तरी मला त्याच्याशी तसं वागता येणार नाही.'

आणि लगेच तिनं कोलनवॉटरमध्ये पट्टी बुडवली आणि त्याची घडी त्याच्या कपाळावर ठेवून आपल्या अश्रूंना वाट मोकळी करून दिली.

सहा

पुस्तक वाचतानाच शिरीननं समोरच्या घड्याळाकडे आपली नजर टाकली आणि कासमला जोरजोरानं हाका मारण्यास सुरुवात केली. कासम घाईघाईनं येताच तिनं जरा रागानंच त्याला म्हटलं, "हे घड्याळ किती रे मागं ठेवायचं? त्याला काही सुमार आहे का? वेळ बरोबर समजावी म्हणून घड्याळाचा उपयोग करायचा असतो ही गोष्ट जशी काही तुम्ही अगदी विसरूनच जाता!"

तिचं बोलणं चालू असताना कासमनं घड्याळाकडे बघितलं आणि तिचं बोलणं संपल्यानंतर तिच्याकडे बघत तो म्हणाला, "फारसं काही मागं दिसत नाही. परंतु बाहेरच्या घड्याळावरून एकदा वेळ बघून येतो आणि मग हे घड्याळ बरोबर लावतो."

परत येऊन तो जेव्हा म्हणाला, की "हे घड्याळ उलट दोन मिनिटं पुढेच आहे," तेव्हा ते अधिक पुढे का नाही याबद्दल तिला त्या घड्याळाचा फार राग आला. वेळ घालविण्याच्या हेतूनं इतकं वाचन केलं तरी घड्याळात फक्त चारच वाजलेले दिसावेत, याचा अर्थ काय? आणि घड्याळावरचा तो राग तिनं कासमवर काढला. ती त्याला रागातच म्हणालो, "अरे, पण दोनच मिनिटं तरी पुढे का ठेवलंस? ते बरोबर करून ठेव बघू!"

कासम ते घड्याळ बरोबर करून निघून गेला, तेव्हा तिला प्रश्न पडला की हे दोन तास आता घालवायचे कसे? रात्री कबूल केल्याप्रमाणे समीर आज सायंकाळी सहा वाजता तिच्याकडे येणार होता. म्हणजे तो येण्याला तब्बल दोन तासांचा अवधी होता. वेळ जाण्याच्या हेतूनं केलेल्या वाचनालादेखील सुमार आहेच किनई! तिनं त्यासाठी कितीतरी वाचन केलं होतं! हिंदू धर्मावरील एक ग्रंथ तिनं वाचून संपवला होता. परंतु तिच्या अपेक्षेप्रमाणे वेळ मात्र संपला नव्हता. इतकं वाचन करूनदेखील फक्त चारच वाजले होते. आणि सहा वाजायला अजून दोन तास अवकाश होता. जयद्रथाला पकडण्यासाठी श्रीकृष्णानं सूर्यावर सुदर्शन चक्र धरून त्याला पार झाकून टाकलं, तशी एखादी युक्ती आपल्या जवळ असती तर किती बरं झालं असतं असं तिला वाटलं; आणि 'पुराणातली वांगी पुराणातच' या म्हणीची

सत्यता तिला पटू लागली- जे वाचन संपूनही वेळ मात्र संपला नव्हता; त्या वाचनाचा तिला आता मनस्वी कंटाळा आला होता. म्हणून तिनं आपल्या हातातील पुस्तक भिरकावून दिलं आणि आपल्या कॉटवर अंग टाकून ती स्वस्थ पडून राहिली. झोप हे वेळ घालविण्याचं एक दुसरं चांगलं साधन आहे, ही गोष्ट तिला ठाऊक असूनदेखील तिला त्या साधनाचा या वेळी तरी उपयोग होण्याजोगा नव्हता. कारण ते साधन किती हटवादी आहे, याचीही तिला पुरी कल्पना होती.

अशा वेळी आपल्या आयुष्यावर विचार करण्याखेरीज तिला दुसरं गत्यंतर नव्हतं. अलीकडे आपल्या आयुष्यावर विचार करताना ती फक्त आपल्या विवाहाबद्दलच विचार करीत असे. परंतु वयात आलेल्या इतर सामान्य मुलींप्रमाणे मात्र तिचे विचार कधीही सामान्य नसत. आपल्याला श्रीमंत आणि सुंदर जोडीदार मिळावा असं सामान्य मुलींप्रमाणे तिला कधीही वाटलं नाही; किंबहुना आपल्या जोडीदाराबद्दल विचार करताना ती नेहमीच त्याच्या अंतःकरणाच्या श्रीमंतीचा आणि मनाच्या सौंदर्याचा विचार करीत असे; आणि इतर सामान्य मुलीपेक्षा तिची आपल्या विवाहाच्या बाबतीत याहीपेक्षा फार मोठी प्रतिज्ञा होती. ती जातीनं मुसलमान होती तरी एका हिंदूशी विवाहबद्ध होण्याचं तिनं ठरवलं होतं आणि तिची व समीरची गाठ पडल्यापासून तर तिच्या या प्रतिज्ञेला एक प्रकारचं मूर्त स्वरूप प्राप्त झालं होतं. केवळ योगायोगानं तिची व एका सुंदर हिंदू तरुणाची गाठ पडली होती. त्यामुळे तिनं त्याच्याशी विवाहबद्ध होण्याचं ठरविलं होतं, असं मात्र समजणं केव्हाही चुकीचंच ठरलं असतं. एखादी विशिष्ट परिस्थिती प्राप्त झाल्यानंतर आपली मतं तशी फिरविण्याची जी एक सामान्य मुलींची पद्धत असते, त्या सदरात शिरीनचं हे कृत्य मोडण्याजोगं नव्हतं. तिनं त्याप्रमाणे जी प्रतिज्ञा केलेली होती, तिचा पूर्वसंकल्प होता, खोल विचारांचं अधिष्ठान होतं, आणि धैर्य तर होतं. आणि म्हणूनच समीरला जेव्हा तिनं सांगितलं, 'मी जातीनं मुसलमान असले तरी एका हिंदूशी विवाहबद्ध होण्याचं मी ठरवलं आहे,' तेव्हा ती मुळीच कचरली नाही.

परंतु ही गोष्ट करण्यात तिच्या एकटीच्याच धैर्याचा फक्त प्रश्न नव्हता; तिला तिच्या काकांचादेखील या बाबतीत विचार घ्यायला हवा होता. आणि कादरभाईंचा स्वभाव ती पुरेपूर ओळखून होती.

या प्रश्नावर जेव्हा ती आता पडल्या पडल्या विचार करू लागली, तेव्हा तिच्या मार्गात तिला एकएक अडचणी दिसू लागल्या. प्रथम तिच्या नजरेसमोर कादरभाईचा द्रव्यलोभ दिसू लागला आणि त्याचा हा लोभ आपल्या प्रतिज्ञेच्या आड आल्याविना राहणार नाही, याची तिला जाणीव झाली. त्या लोभाची चुणूक तिला पंधरा दिवसांपूर्वी दिसली होती आणि त्या वेळेपासून तिला वाटायला लागलं होतं की आपले काका द्रव्यलोभासाठी वाटेल ती गोष्ट करण्यास मागेपुढे बघणार नाहीत!

पंधरा दिवसांपूर्वी कादरभाई अचानकपणानं तिच्या खोलीत येऊन मोठ्या खुशीनं जेव्हा सांगू लागले की त्यांनी तिच्यासाठी एका सरदारपुत्राचं स्थळ बघितलं आहे तेव्हा प्रथम तिला त्यांचा संशय आला नाही. त्या वेळी कादरभाई तिला म्हणाले होते, "आज तुझे वडील इथे असते तर त्यांना ही गोष्ट ऐकून फार आनंद झाला असता! परंतु त्यांच्या नशिबी ती गोष्ट नव्हती. मी तुला त्यांच्याच ठिकाणी आहे. मला तुझं हे कल्याण करण्यात केवढा आनंद वाटतो म्हणून सांगू!"

त्यांचं हे बोलणं ऐकून तिला त्यामध्ये आपल्या प्रेमळ पित्याचं अंतःकरण दिसल्याचा भास झाला होता. नंतर तिला हैदरकडून ज्या गोष्टी कळल्या, त्या ऐकल्यानंतर मात्र तिची खात्री पटली होती की कादरभाई तिचं हे लग्न घडवून आणण्यात तिचं कल्याण साधणार नव्हते; तर आपलं स्वतःचंच कल्याण साधून घेणार होते. ते बघून तिला आपल्या काकांच्या वृत्तीची चीड आली होती आणि द्रव्यलोभासाठी आपल्या पुतणीचा विक्रय करण्यास निघालेल्या कादरभाईची कडक शब्दांत निर्भर्त्सना करण्याचा बेत करायलाही तिनं त्या वेळी कमी केलं नव्हतं; परंतु तिच्या या बेतापासून हैदरने तिला परावृत्त केलं होतं. अशा बाबतीत ती हैदरचं नेहमीच ऐकत असे. हैदर तिचा जरी दूरचा नातेवाईक होता तरी तिच्या बालपणापासून तो तिच्या घरात वावरताना तिला दिसला होता. आणि त्याला कळू लागल्यापासून त्यानं तिच्यावर अकृत्रिम असाच लोभ केलेला होता. त्यामुळे तो जे जे काय सांगे ते ते शिरीन अगदी बिनबोभाटपणानं मान्य करीत असे. त्यामुळे कादरभाईची त्यांच्या नीच कृत्याबद्दल निर्भर्त्सना करण्याचा बेत हैदरसाठी तिला सोडून द्यावा लागला होता.

पण या पंधरा दिवसांत हैदरनं तिच्या काकांबद्दल तिला पुष्कळच गोष्टी सांगितल्या होत्या. त्यामुळे तर तिच्या संतापात अधिकच भर पडली होती. तिच्या पित्याची सारी इस्टेट त्यांनी कशी लुबाडली, तिच्या मातेवर वाईट नजर ठेवून तिचा घात करण्याचा कसा प्रयत्न केला आणि त्यांच्या वासनेला ती बळी पडली नाही म्हणून तिचा अनन्वित छळ केला आणि अखेरीस ती आजारी पडून त्यातच तिचा कसा हृदयद्रावक अंत झाला, या साऱ्या गोष्टी ऐकून ती हैदरला म्हणाली होती, "मला आता या घरात एक क्षणभरही राहण्याची इच्छा नाही. एकदा वाटतं की काकांच्या पुढे त्यांच्या या साऱ्या पापांचा पाढा वाचावा, त्यांची खूप हजेरी घ्यावी, त्यांना खूप खूप टाकून बोलावं आणि या असल्या घरातून कायमचं निघून जावं."

आणि काही वेळ थांबून ती हैदरला पुढे म्हणाली होती, "मला आता एका गोष्टीचा फार संशय येऊ लागला आहे. माझ्या वडिलांबद्दलदेखील मला काही गोष्टी काकांनी सांगितल्या आहेत. त्या गोष्टी ऐकून माझी तर आता खात्री झालेली आहे की काकांनी माझ्या वडिलांविषयी माझं मन कलुषित करण्यासाठीच मला या साऱ्या

गोष्टी सांगितल्या असल्या पाहिजेत. असलं नीच कृत्य माझ्या वडिलांच्या हातून होणं शक्यच नाही! तुला नाही असं वाटत हैदर?''

''कसलं कृत्य म्हणतेस?''

तिनं त्या वेळी इकडे तिकडे बघून त्याला हळूच काहीतरी सांगितलं तेव्हा हैदर म्हणाला होता; ''मलाही ही गोष्ट काही दिवसापूर्वी कळली होती. परंतु ती गोष्ट दुर्दैवानं खरी आहे. मला तर कादरभाईंनी ती सांगितली असती तर त्या गोष्टीवर तुझ्याप्रमाणेच माझाही विश्वास बसला नसता. परंतु ती गोष्ट खरी असल्याबद्दल मला दुसरीकडून कळलं आहे.''

त्याचं हे बोलणं ऐकून तिनं दीर्घ सुस्कारा टाकून म्हटलं होतं, ''अशा वेळी वाटतं की या घराचे पाश दूर करावेत आणि या घराला कायमचा रामराम ठोकावा!''

तिचं हे बोलणं चालू असताना मध्येच तिला थांबवून हैदरनं म्हटलं,

''जाऊन तू जाणार कुठे?''

आणि त्या वेळी तिच्यापुढे तसा प्रश्न पडावा अशीच तिची परिस्थिती होती. कारण घर सोडून ती कुठे जाऊ शकणार होती?

परंतु समीर भेटल्यापासून तिच्या या परिस्थितीत बराच फरक पडला होता. कादरभाईंना ती आता मुळीच जुमानणार नव्हती. आपल्या काकांचादेखील या बाबतीत आपण विचार घ्यायला हवा, असं जे प्रथम तिला वाटलं होतं ते विचार केल्यानंतर तिनं दूर सारून दिलं होतं. ज्या तिच्या काकांनी तिचं कल्याण करून देण्याच्या बहाण्यानं तिचा घात करायचा घाट घातला होता, त्या काकांच्या पसंती नापसंतीचा प्रश्न तिच्यापुढे उभा राहण्याचं कारण काय उरलं होतं? प्रसंग आला तर आता खुशाल घर सोडण्याची तिची तयारी झालेली होती. परंतु आपल्यापुरतं त्या बाबतीत काळजीतून मुक्त झाल्यानंतरदेखील तिच्या मनापुढे समीरचा प्रश्न उभा राहिला. आपल्याप्रमाणे तोही तसंच धैर्य दाखवील काय? त्याचं कुटुंब जुन्या खानदानी घराण्यातलं आहे. घरी त्यांची वृद्ध आंधळी माता आहे. अशा स्थितीत आपले सारे मायेचे पाश तोडून तो आपल्याप्रमाणेच मनाची खंबीरता दाखवू शकेल काय?

तिच्या मनानं तिच्या या प्रश्नाला जेव्हा नकारार्थी उत्तर दिलं, तेव्हा एकीकडून जरी आपल्या मनाच्या या उत्तराचाच तिला राग आला तरी त्या उत्तरातील सत्यता तिला पूर्णपणानं पटली. ती स्वतः मुसलमान होती. समीर एका खानदानी घराण्यातला हिंदू होता. अशा परिस्थितीत आपण तरी हा वेडा अट्टहास का करावा? आणि त्या अट्टहासाला त्याच्या मातेनं तरी आपली संमती का द्यावी?

तिच्या मनानं ती गोष्ट मान्य केली तरी तिच्या या परिस्थितीबद्दल तिला मनस्वी वाईट वाटलं. दोन तरुण अंतःकरणांच्या मीलनामध्ये जातिभिन्नता यावी, या गोष्टींचा तिला विषाद वाटला. तो हिंदू नसता तर त्यांच्या मीलनामध्ये कोणता प्रत्यवाय

होता? ही जातिभिन्नता जगाच्या पाठीवर कोणी निर्माण केली? मनुष्यकृत बंधनामुळेच मनुष्याला दुःखी होण्याचा प्रसंग यावा, हे त्याचं केवढं दुर्दैव ! साऱ्या जगात मानवी धर्म नावाचा एकच धर्म प्रस्थापित होऊ शकणार नाही काय? मी मुसलमान नाही, समीर हिंदू नाही. आम्ही दोघेही एकाच मानवी धर्माची माणसं. आमचे विचार एक... आचार एक... आमच्या अंतःकरणाचं मीलन झालेलं! अशा स्थितीत आमच्या विवाहाला कोणता प्रत्यवाय उरणार?

याप्रमाणे तिनं आपल्या परिस्थितीची तरफदारी केली तरी तिचा प्रश्न सुटणार होता थोडाच? तिचा धर्म कायम होता, त्याचप्रमाणे समीरचासुद्धा! आणि तीच गोष्ट त्यांच्या मीलनाआड येणार होती.

नुकत्याच वाचलेल्या पुस्तकातील विचार तिच्या डोळ्यांसमोर पुनःपुन्हा येऊ लागले. ती मनात म्हणाली, 'नाना धर्मांच्या अस्तित्वामुळे जगात द्वेषाचं बीज पसरून जी शांतता नष्ट झालेली आहे, ती शांतता मनुष्यजातीला कधी काळी प्राप्त होणार आहे काय? धर्माच्या रणक्षेत्रावर चाललेली युद्धे कधी तरी संपुष्टात येणार आहेत काय? नुसत्या समतेच्या घोषानं सारं जग नुसतं दुमदुमत आहे. प्रेम, शांती, भूतदया, समता हे आणि अशाच प्रकारचे दुसरे अनेक शब्द अगदी लहानपणापासून आपल्या कानांवर पडत आले आहेत. हे शब्द आपण पोपटासारखे तोंडानं म्हणत असतो, परंतु व्यवहाराकडे बघावं तो ते अर्थशून्य शब्दांसारखेच दिसतात. धर्म म्हणजे नुसता शब्दांचा बाजार झालेला आहे; आणि धर्म व व्यवहार यांची फारकत झालेली आहे...

'मग या परिस्थितीतून मार्ग कोणता?'

असा प्रश्न तिनं आपल्या मनाला विचारताच तिची नजर भिंतीला लावलेल्या अकबर बादशहाच्या छायाचित्राकडे गेली. आणि तिला तिच्या प्रश्नाचं उत्तर मिळालं. त्या राजाधिराजालादेखील तिच्याप्रमाणेच प्रश्न पडला नव्हता का? निरनिराळ्या धर्मांतील एकी घडवून आणण्यासाठी त्यानं काय थोडे का प्रयत्न केले होते! नुसता रोटीच नव्हे तर परजातीशी बेटी व्यवहारही करण्यास त्यानं मागेपुढे बघितलं नव्हतं.

तिनं मनात म्हटलं, 'बस्स, बेटी व्यवहार! वेगवेगळ्या धर्मात एकी घडवून आणण्यात तोच खरा अप्रतिम उपाय आहे खास!' असं म्हणून ती आपल्या कॉटवरून उठली ती अशा भावनेनंच की जणू तिच्या प्रश्नाला हवं ते उत्तर सापडलं होतं. तिला आता काळजी करण्याचं किंवा शंका घेण्याचं कारणच काय उरलं होतं! तिला समीरच्या वाक्याचं स्मरण झालं. तो तिला काल म्हणाला होता, "उगाच नसत्या शंका काढून आपल्या मनाला त्रास करून घेऊ नकोस! कोणताही प्रसंग आला तरी मी माझं वचन विसरणार नाही. मग तर झालं ना?"

त्याच वेळी घड्याळात सहाचे ठोके पडत होते. आणि सायंकाळच्या सूर्याची

सोनेरी किरणं तिच्या मुखावर पडली होती. घड्याळाकडे बघून ती कासमला हाक मारणार तोच हातात फुलांचा पुडा घेऊन तोच आत येताना तिला दिसला. समीर येण्याची वेळ झाली होती आणि त्याच्या आत तिला या साऱ्या गोष्टी आटपायच्या होत्या. तिनं फुलांचा पुडा फोडून त्यातील हार बाहेर काढला. तिच्या नेहमीच्या शिरस्त्याप्रमाणे महात्मा गांधींच्या फोटोला हार घालताना ती आज किती आनंदी दिसत होती! फोटोला हार घालून तिनं भक्तिभावानं आपले हात जोडले आणि त्या फोटोकडे अशा काही अभिप्रायानं बघितलं की जणू काय तिला म्हणायचं होतं, 'जातीजातीतील वैमनस्य नाहीसं करण्यासाठी ज्या देहाच्या हाडांची आपण काडं केलीत, त्या या आपल्या कृश देहाकडे बघून आपल्याला महात्मा ही पदवीदेखील कमी पडते.'

परंतु तिचा हा आनंद एका तासानं कोठल्या कोठे निघून गेला. सात वाजून गेले तरीसुद्धा समीर आला नाही, तेव्हा पुन्हा साऱ्या शंकांनी तिच्या मनात गर्दी केली. पण या खेपेस ती नुसती गप्प बसून शंका काढीत राहिली नाही. तिनं आपला पोषाख केला आणि समीरच्या घराकडे जायला ती निघाली. बाहेर निघताना तिच्या या कृत्याचं तिला मुळीच भय वाटलं नाही. समीरच्या परिस्थितीचा तिनं बिलकूल विचार केला नाही. आपण करीत आहोत तेच बरोबर आहे, याच भावनेनं जणू काय ती निघाली होती.

परंतु ती बाहेर पडली तेव्हा एक टुरिंग मोटार ऐन वेगात येऊन त्या हॉटेलसमोर थांबलेली तिनं बघितली आणि त्यावरील ऊर्दू भाषेत लिहिलेली अक्षरं पाहून कादरभाईंनी म्हटलेले, "आले वाटतं उस्मानाबादचे सरदार!" हे शब्द तिच्या कानांवर पडले. लगेच त्या पाठोपाठ "शिरीन" अशी कादरभाईंनी मारलेली हाक तिला ऐकू आली. ती हाक ऐकून ती जागच्या जागी थांबली. आपल्या काकांची आज्ञा अमान्य करून जाण्याचं धैर्य आपल्याजवळ नाही, हे तिला त्या क्षणी कळून आलं. तिला समीरकडे जाण्याचा आपला बेत रद्द करावा लागला.

कादरभाईंनी उस्मानाबादच्या सरदारांची आणि तिची जेव्हा ओळख करून दिली, तेव्हा त्यांच्या घाऱ्या डोळ्यांकडे तिचं लक्ष गेलं. नाहीतर आतापर्यंत त्यांनी परिधान केलेल्या काळ्या शेरवानीच्या असंख्य गुंड्या मोजण्यात ती गर्क झाली होती. आपल्या तोंडावर किंचितदेखील हास्य न दाखवता तिनं आपले हात जोडून त्यांना नमस्कार केला आणि तिच्याशी हस्तांदोलन करण्याच्या इराद्यानं तिच्यापुढे केलेला आपला उजवा हात त्या सरदारबहादुराना मागं घ्यावा लागला.

घाऱ्या डोळ्यांचे लोक मोठे लबाड असतात, असा जो प्रवाद तिने कुणाच्यातरी तोंडून ऐकला होता, त्याचं स्मरण तिला त्यांच्या डोळ्यांकडे बघून झालं. आणि तिला एकसारखं वाटू लागलं की उस्मानाबादचा हा सरदार खचित लबाड असला पाहिजे!

सात

एखाद्या व्यक्तीबद्दल माणसाचं मन एकदा का कलुषित झालं, म्हणजे त्या व्यक्तीनं केलेली चांगली गोष्टदेखील माणसाला पटत नाही; मग वाईट गोष्टीचं विचारूच नका! शिरीनला आधीच चिरुटाच्या वासाचा मनापासून तिटकारा वाटे आणि उस्मानाबादच्या सरदाराच्या तोंडात तर एखाद्या नंदादीपाप्रमाणे चिरूट पेटलेला असे. त्यामुळे तिच्या प्रतिकूल मतात अधिकच भर पडली होती. आल्या दिवसापासून त्याचा मुक्काम तिच्या खोलीत पडलेला होता आणि त्यामुळे तिनं आपला मुक्काम दुसरीकडे हलवला होता. फक्त सायंकाळच्या सुमारास महात्मा गांधींच्या फोटोला हार घालण्यासाठी तिला त्या खोलीत जावं लागे. त्या वेळी सरदार आपला पाय मोकळा करण्यासाठी बाहेर पडलेले असत. परंतु त्यांच्या मागे त्यांनी ओढलेल्या चिरूटाचा वास मात्र बराच वेळ रेंगाळत राही. शिरीनला तो दर्प असह्य होई आणि त्यांच्याबद्दलच्या तिच्या रागात अधिकच भर पडे.

आजसुद्धा सायंकाळी नेहमीप्रमाणे ती जेव्हा तिच्या खोलीत आली, तेव्हा तिला तो चिरुटाचा दर्प सहन न होऊन काही काळ श्वास घेण्याची क्रिया तिला बंद करावी लागली. तिच्या पाठीमागून खोलीत शिरणाऱ्या हैदरला तिनं म्हटलं, ''या तुमच्या संस्थानी स्वाऱ्या आता आपला तळ केव्हा उठवणार आहेत?''

तिच्या या प्रश्नाला उत्तर देताना हैदरनं हसून म्हटलं, ''तुमच्या स्वाऱ्या म्हणू नकोस! वास्तविक हे सरदारबहादर आपल्या लवाजम्यासह तुम्हाला जिंकायला आलेले आहेत. तेव्हा तुम्हाला जिंकून घेतल्याशिवाय त्यांचा मुक्काम थोडाच हलणार आहे?''

त्याच्या बोलण्यातील अभिप्राय समजूनदेखील तो न समजल्याचा आव आणून शिरीन म्हणाली, ''मला कशाला ते आपल्याबरोबर नेतील? उस्मानाबादची एखादी जहागिरी देणार आहेत की काय मला ते?''

''तुला निराळी जहागिरी देण्याची जरुरी काय? तू एकदा त्यांची झालीस म्हणजे त्यांची जहागिरी तुझीच होईल की!''

हैदरचं हे बोलणं ऐकून शिरीन खूप हसली, आणि त्याच्या बोलण्यातील

अभिप्राय जाणून ती म्हणाली, "वा! तसं झालं तर किती बहार होईल! म्हणजे कादरकाकांचा जन्माचा प्रश्न तरी मिटेल."

शिरीनच्या बोलण्यातील खोच लक्षात यायला हैदरला मुळीच वेळ लागला नाही. किंबहुना कालच त्यानं ती बातमी शिरीनला सांगितली होती.

उस्मानाबादच्या सरदारांची आणि कादरभाईंची प्रथम ओळख कशी झाली याचा सारा इतिहास हैदरनं काल तिला कथन केला होता. "पंधरा-वीस दिवसांपूर्वीची गोष्ट असेल." याप्रमाणे हैदरनं केलेली सुरुवात तिच्या पूर्णपणे स्मरणात होती; आणि अशी सुरुवात करून त्यानं सांगितलेल्या साऱ्या गोष्टी तिच्या स्मृतीत अगदी ताज्या होत्या. हैदर तिला म्हणाला होता, "त्या दिवशी कादरकाकांच्या टपालात एक अनोळखी हस्ताक्षराचं पत्र आलं. पत्त्यावरील अक्षर न ओळखून त्यांना कुतूहल वाटून त्यांनी प्रथम तेच पत्र फोडलं." इतकं बोलून तो थांबला होता. तेव्हा शिरीनचं कुतूहल जागृत होऊन तिनं घाईघाईनं त्याला विचारलं होतं, "मग कुणाचं होतं ते पत्र?"

हैदर पुढे म्हणला होता, "याच सरदाराचं ते पत्र निघालं! त्यामध्ये त्यांनी आपल्या इस्टेटीची खूप तारीफ केली होती. आपण उस्मानाबादचे एक प्रमुख सरदार आहोत, हे पुनःपुन्हा निरनिराळ्या प्रसंगानी सांगितलं होतं; आणि अखेरीस स्वच्छ शब्दांत तुला मागणी घातली होती. तुला मागणी घालताना त्यांनी लिहिलेला मजकूर अजून माझ्या डोळ्यांसमोर आहे."

हे सांगताना शिरीननं जेव्हा प्रश्नार्थक मुद्रा केली तेव्हा हैदर पुढे म्हणाला, "त्यांनी लिहिलं होतं :

'मी तुमच्या पुतणीला मागणी घालतो आहे यात आश्चर्य वाटण्याजोगं काहीच नाही. ती जशी सुंदर आहे तसाच मी श्रीमंत आहे. तेव्हा उस्मानाबादचा एक फार मोठा सरदार तुमच्या पुतणीला मागणी घालतो आहे, हे लक्षात ठेवा. ती मला मिळण्यासाठी मी वाटेल ते मोल देईन.'

शेवटचं वाक्य वाचून काकांनी मला हाक मारून माझ्याजवळ ते पत्र दिलं होतं; आणि मला उर्दू चांगले येत नाही हे लक्षात येताच त्यांनी माझ्या हातातून ते पुन्हा हिसकावून घेऊन मोठ्या खुशीत माझ्या पाठीवर थाप मारली होती आणि म्हटलं होतं, "हात् गाढवा! तुला ते पत्र वाचून कळायचं नाही. अरे, आपल्या शिरीनला एका मोठ्या सरदारानं मागणी घातली आहे; आणि नुसती नाही, तर तो आपल्याला खूप खूप पैसे देणार आहे!"

आणि काकांच्या लोभी स्वभावानुसार त्यांनी त्यानंतर त्यांना लगेच पत्र पाठवून पुण्याला बोलावलं होतं.

इतकं बोलून हैदर थांबला होता; आणि शिरीनकडे बघून त्यानं हळूच म्हटलं

होतं, "आज दुपारी तू त्या खोलीत ज्या वेळी वाचत बसली होतीस, त्या वेळी काकांचा तिकडे तुझ्याबद्दल सौदा चाललेला मी ऐकला. एखाद्या वस्तूच्या किमतीबद्दल अशी घासघीस चालावी त्याप्रमाणे त्यांची बोलणी चालली होती. अखेरीस तुझी किंमत किती ठरली हे जरी मला कळलं नाही, तरी तुझा सौदा मात्र पटला, यात काहीच संशय नाही."

अशा तऱ्हेनं हैदर ही हकिगत सांगत असताना शिरीनला मनस्वी संताप आला होता आणि त्याच पावली जाऊन ती कादरभाईंना सांगणार होती की तिला यापुढे त्यांच्या घरात राहता येणार नाही!

परंतु हैदरनं तिला या विचारापासून परावृत्त करून म्हटलं होतं, "पण तू घरातून बाहेर पडून जाणार कुठे?"

हैदरनं पूर्वीसुद्धा तिला असाच प्रश्न विचारला होता. त्या वेळी समीरनं तिच्या आयुष्यात प्रवेश केल्यामुळे तिला असं वाटत होतं की आता आपण आपलं घर वाटेल त्या क्षणी सोडून जाऊ शकू. परंतु ऐन वादळात एखाद्या वृक्षाचा आसरा शोधावा आणि आपण अगदी निर्धास्त आहोत असं माणसाला वाटायला लागावं; तोच त्या वादळानं तो प्रचंड वृक्ष कोलमडून पडावा आणि त्या माणसाची मोठी चमत्कारिक परिस्थिती व्हावी, तशी तिची झाली होती. समीर तिच्या आयुष्यात मोठ्या विचित्र योगायोगानं आलेला होता; फारसे प्रयास न पडताच त्याचं प्रेम तिनं जिंकलं होतं आणि एका हिंदू तरुणाशी विवाहबद्ध होण्याची तिची प्रतिज्ञा अगदी अचानकपणानं सफल होणार होती. आपण आपल्या प्रेमाच्या बाबतीत फार मोठ्या भाग्यवान आहोत, असं तिला वाटू लागताच तिच्या प्रेमावर हे नवीन संकट आलं होतं. आणि मौज ही, की ज्याच्यावर ती निर्धास्तपणे विसंबून राहिली होती, तोच तिचा आधार नाहीसा झालेला होता. कॉलेजच्या नाटकाच्या रात्री तिला कबूल केल्याप्रमाणे समीर दुसऱ्या दिवशी तिच्याकडे आला नव्हता; आणि काल आपल्या बॉयबरोबर त्याला धाडलेल्या चिठ्ठीचंही त्यानं उत्तर दिलेलं नव्हतं. त्या मुलाला हडसून खडसून तिनं विचारलं तरीही तो एकच गोष्ट सांगत होता. ती ही की तिची चिठ्ठी समीरला मिळण्याची चोख व्यवस्था त्यानं केलेली आहे! आणि तरीदेखील समीरनं तिच्या चिठ्ठीला उत्तर धाडलं नव्हतं, याचा अर्थ तिनं काय करायला पाहिजे होता? आपल्या प्रेमाचा स्वीकार करण्याचं धैर्य समीरजवळ नाही, असा जर तिनं त्याच्या वर्तनाचा अर्थ केला तर तिची त्यात काय चूक होती?

आणि खरोखरच तिनं त्याचा तसाच अर्थ केला आणि मग मात्र तिलाही वाटायला लागलं, की हैदरचं म्हणणं बरोबर आहे! घर सोडून आपण जाणार कुठे? घर सोडायचा प्रश्न जरी तिला सोडून द्यावा लागला तरी उस्मानाबादच्या सरदाराशी लग्न लावायला तिचं मन तयार होणं शक्य नव्हतं. त्यासाठी आपल्या काकांशी

वाटेल ते भांडण करण्याची तिची तयारी होती. त्यांच्याशी फार मोठ्या निकरानं लढा देण्याची कल्पना हैदरला बोलून दाखवताच तो तिला म्हणाला होता, 'सैन्याची जमवाजमव करण्यापूर्वी युद्ध पुकारण्यासारखं आहे हे! सध्या तरी तू काकांचं मन दुखवावंस असं मला वाटत नाही. याचा अर्थ काकांचं मन फार मोठं आहे आणि ते तू दुखवू नयेस असा नाही हं! परंतु आपली तयारी बघून मगच युद्ध पुकारावं, असा युद्धशास्त्रातील एक फार मोठा दंडक आहे. हा डिसेंबर महिना आहे. चार महिन्यांनी तुझी इंटरची परीक्षा...'

आणि नंतर तिच्याकडे बघून पण जणू काय स्वतःशीच बोलावं त्याप्रमाणे हैदर म्हणाला होता, "आणखी दोन वर्षं! त्या वेळी तू बी. ए. होशील आणि मग वाटेल ते करायला तू स्वतंत्र होशील."

तिच्याकडे बघून हसतच हैदरनं पुढे म्हटलं होतं, 'हो, वाटेल ते! त्यानंतर तुला हव्या असलेल्या समीरशीदेखील तू लग्न करू शकशील.'

समीरचं नाव काढताच ती जेव्हा त्याच्याकडे आश्चर्यानं बघू लागली, तेव्हा तो तिला म्हणाला होता, 'हे बघ माझ्याकडे असं रोखून बघू नकोस. मला साऱ्या गोष्टी माहीत आहेत; परंतु मी त्या इतके दिवस एवढ्याचसाठी बोललो नाही, की माणसाला अशा गोष्टी गुप्त तऱ्हेनं करण्यात मोठा आनंद वाटत असतो. त्याचा तो आनंद आपण उगाच हिरावून का घ्या? म्हणून मी तुला त्याची ओळख दिली नव्हती. परंतु त्या साऱ्या गोष्टी मी तेव्हाच ओळखल्या होत्या. पण ते जाऊ दे! मला तुला एवढंच सांगायचं आहे की सध्या तरी तू काकांशी भांडण उकरून काढू नकोस. त्यात तुझं हित खचित होणार नाही."

तिनं जेव्हा त्या गोष्टीवर एकांतात असताना विचार केला, तेव्हा तिचंही मत हैदरसारखंच पडलं होतं की, 'आताच आपल्या काकांशी भांडण उकरून न काढता काही दिवस वाट पाहावी. मध्यंतरीच्या काळात समीरचं प्रेम मिळविण्याचा प्रयत्न करावा आणि मग आश्रयाचं स्थान मिळाल्यानंतर त्या ठिकाणाहून आपल्या काकांवर खुशाल हल्ला करावा. मग मात्र तिला वाटू लागलं की समीरचं प्रेम आपल्या हातून गेलं असं जे आपल्याला वाटलं होतं, ते चुकीचं होतं. त्यानं आपल्या चिठ्ठीला उत्तर धाडलं नाही त्याचा अर्थ त्याचं आपल्यावरचं प्रेम साफ उडालं असा थोडाच आहे? त्याला आपली चिठ्ठी कदाचित मिळाली नसेल किंवा तो त्या वेळी कामात असेल. एखादे वेळी त्याला बरंसुद्धा नसेल!'

आणि शेवटची कल्पना मनात येताच त्या कल्पनेमुळे तिच्या मनाला फार क्लेश झाले. आणि समक्ष त्याला भेटायला जाण्याचा बेत तिनं मनाशी केला.

परंतु तिनं केलेला तो बेत जेव्हा पार पडू शकला नाही, तेव्हा तिला भयंकर दुःख झालं. तिच्या भोवतालच्या परिस्थितीचा तिला मनस्वी संताप आला! आणि

त्या परिस्थितीचे सारे पाश झुगारून शक्य तर पंख लावूनदेखील समीरकडे उडून जावं, अशी तीव्र इच्छा तिला झाली. पण तिला तसं करता आलं नाही. ती समीरकडे जाण्याच्या तयारीत असतानाच कादरभाई तिच्या खोलीत येऊन म्हणाले, "चाललीस कुठे? बैस ना जरा यांच्याशी बोलत!"

त्यांच्यामागून उस्मानाबादचे सरदार येत असताना तिनं बघितले तेव्हा तिच्या कपाळाला आठ्या पडलेल्या पाहून कादरभाईंनादेखील तिचा राग आला; आणि तो त्यांच्या बोलण्यातही प्रतीत झाल्यावाचून राहिला नाही. ते तिला म्हणाले, "मी कालपासून बघतो आहे. हे खोलीत आले की तू बाहेर पोबारा करतेस! याचा अर्थ काय?" आणि तो विषय तितक्यावरच ठेवून त्यांनी पुढे म्हटलं, "बरं ते जाऊ दे! परंतु उद्या सकाळी तुला यांच्याबरोबर मुंबईला जायचं आहे."

या त्यांच्या बोलण्यावर शिरीन त्यांच्याकडे आश्चर्यानं बघत असताना ते जरा दरडावणीच्या स्वरातच म्हणाले, "बघतेस काय माझ्याकडे? उद्या सकाळी मुंबईला जायची तयारी कर!"

आपल्या काकांना त्यांच्या या दरडावणीच्या बोलण्यावर तसंच सणसणीत उत्तर द्यावं असं तिला वाटलं. परंतु मोठ्या निकरानं तिनं तो मोह टाळला. कारण समीरचं प्रेम मिळवून निर्धास्तपणा येईपर्यंत तरी तिला त्यांच्याच आश्रयाला राहणं भाग होतं, ही गोष्ट ती विसरली नव्हती. त्यामुळे तिनं कादरभाईंना 'हो' म्हटलं आणि ती जरी आपल्या खोलीत येऊन बसली, तरी उस्मानाबादच्या सरदाराशी ती एकही शब्द बोलली नाही.

"आता मी जातो. शिरीन आहे तुमच्याशी बोलायला," असं म्हणून कादरभाई गेले तरी तिनं आपल्या मनाशी ठरवलं होतं की एकही शब्द आपणहून बोलायचा नाही. परंतु त्यांच्या प्रश्नांना उत्तर न देऊन तिचं चालणार नव्हतं. स्वामी विवेकानंदाच्या फोटोकडे बघून त्यांनी जेव्हा तिला विचारलं, "का हो? कोणत्या बैराग्याचा हा फोटो आहे? कालपासून मी त्याचं नाव आठविण्याचा प्रयत्न करतो आहे!"

तेव्हा तिनं रागातच त्यांच्याकडे न बघता उत्तर दिलं, "त्या थोर विभूतीचं नाव जर माहीत नसेल तर तो त्या थोर पुरुषाचा दोष नाही." आणि थोडा वेळ थांबून त्याच्या घाऱ्या डोळ्यांपुढे मोठ्या तिरस्कारानं बघत तिनं म्हटलं, "हा बैरागी तर खराच! परंतु जगाला शहाणं करण्याचा त्यानं खूप प्रयत्न केला आहे. साऱ्या धर्माची एकी घडवून आणण्याचा यांच्यासारखा अवाढव्य खटाटोप दुसऱ्या कोणत्याही महाभागानं केलेला नाही."

हे बोलताना शिरीनच्या तिरस्कारयुक्त नजरेकडे सरदारसाहेबांनी पूर्णपणे दुर्लक्ष केलं आणि विषयाला अनायासे तोंड फुटलेलं बघून, अस्सल मुसलमानी भाषेत त्यांनी म्हटलं, "तरीदेखील साऱ्या धर्मामध्ये एकी झालेली दिसते आहे का?

हल्लीच्या देशाच्या राजकारणाकडे बघा, म्हणजे माझ्या प्रश्नाचं उत्तर तुम्हाला मिळेल. हल्लीच्या राजकारणाबद्दल तुमचं काय मत आहे?''

असं म्हणून शिरीनला नको असलेला चिरूट त्यांनी शिलगावला आणि ज्या डोळ्यांमुळे तिनं त्यांना लबाड ठरवलं होतं, ते घारे डोळे त्यांनी तिच्याकडे लावले. तेव्हा तो विषय थांबविण्याच्याच इराद्यानं तिनं म्हटलं, ''राजकारणावर अधिकारवाणीनं मत देण्याइतका त्या विषयाचा माझा अभ्यास नाही; आणि असं असताना माझं मत देण्याच्या भानगडीत मी कधीच पडणार नाही.

विद्यार्थ्यांनी राजकारणात जो भाग घ्यावयाचा असतो तो विद्यार्थी म्हणूनच घेतला पाहिजे. जो तो विद्यार्थी उठतो आणि राजकारणात मार्गदर्शन करायला लागतो. मग ऐकणारा मात्र कोणीच राहत नाही.''

''मी आहे की!''

असं म्हणून आपण फार मोठा विनोद केला, अशा समजुतीनं सरदार हसले तरी शिरीन हसली नाही. अखेरपर्यंत तिनं त्यांच्याशी तुटकपणानंच संभाषण केलं.

आणि आपल्या संभाषणातील हीच तुटक वृत्ती तिनं त्याच्याबरोबर दुसऱ्या दिवशी मुंबईचा प्रवास करताना ठेवली. कारण आपल्या इच्छेविरुद्ध ती त्याच्याबरोबर प्रवास करीत होती आणि येताना आपण समीरची भेट घेऊ शकलो नाही, हे शल्य तिच्या मनाला एकसारखं बोचत होतं. साऱ्या प्रवासात ती त्याच्याशी एकही शब्द बोलली नाही म्हटलं तरी चालेल. बोरीबंदरवर गाडी थांबून जेव्हा ते स्टेशनच्या बाहेर आले तेव्हा टॅक्सीत चढत असताना तिनं एवढंच विचारलं, ''हैदर येतो आहे ना गाडीत?''

''हो! पण तो दुसऱ्या गाडीतून येईल. माझे लोक आहेतच त्याच्याबरोबर.''

सरदारानं हे उत्तर दिल्यानंतर ती गप्प बसली. आपल्या गाडीत जागा असून हैदर दुसऱ्या गाडीत का, याबद्दल तिला मुळीच शंका आली नाही. किंबहुना आपण मुंबईला का आलो याबद्दलही तिनं आपल्या मनाला एकदासुद्धा प्रश्न केला नाही. जणू काय आपल्या मनाविरुद्ध आपल्या आयुष्यात ज्या गोष्टी घडतात त्यातलीच ही एक आहे, असं समजण्याची तिनं आपली तयारी केली होती.

नळबाजारातील बकाल वस्तीच्या एका छोट्या बोळासमोर जेव्हा टॅक्सी थांबली, तेव्हा त्याच बिनबोभाटपणानं ती खाली उतरली. हैदरची मोटार कुठे आहे असा प्रश्न न करताच ती सरदाराच्या पाठीमागून चालू लागली. एका घाणेरड्या घरात शिरून त्या घरातील तीन खोल्या एकामागून एक ओलांडल्या तरी आपण कुठे चाललो आहोत, हे तिला कळलं नाही. त्यानंतर जी खोली होती तिला कुलूप होतं. ते सरदारानं उघडलं. आत अंधार होता तरी ती त्याच्यामागून आत गेली. परंतु ते बाहेर पडलेले तिला दिसले नाहीत. 'मी येतोच हं लवकर!' असे त्याचे शब्द तिनं

ऐकले आणि दरवाजा जोरानं बंद होऊन बाहेरून कुलूप लावल्याचा स्पष्ट आवाज तिला ऐकू आला. मग मात्र मात्र घाबरून तिनं सभोवती बघितलं. तिला घनदाट अंधाराशिवाय दुसरं काहीच दिसेना. त्या खोलीच्या पलीकडे उंचावर एक खिडकी असलेली तिला दिसली. लगेच पळत जाऊन आपले पाय उंचावून बाहेर बघण्याचा ती प्रयत्न करीत असतानाच दुसऱ्या एका कोपऱ्यातून आवाज आला, ''तुम्हाला बाहेरचं काही दिसायचं नाही अशीच त्या खिडकीची योजना केली आहे. कशाला व्यर्थ खटपट करता? त्या दुष्टानं तुमचाही घात केलेला दिसतोय!''

तो आवाज एका स्त्रीचा होता हे तिनं तेव्हाच ओळखलं. आपलं बोलणं संपवून त्या स्त्रीनं जेव्हा मोठ्यांदा रडण्यास सुरुवात केली, तेव्हा शिरीनला आपल्या परिस्थितीची पूर्ण जाणीव होऊन तिच्या डोळ्यांसमोर अंधारी आली. एकदम ती जमिनीवर पडली व त्याच क्षणी ती बेशुद्ध झाली.

आठ

नक्की सातव्या दिवशी समीरचा ताप कमी झाला तरी पंधराव्या दिवशी त्याचा अशक्तपणा मात्र मुळीच कमी झाला नव्हता. आपण आता हिंडूफिरू शकू असा विश्वास जरी त्याच्यामध्ये निर्माण झाला होता, तरी रुग्णशय्या सोडून खाली येण्याची परवानगी डॉक्टरांनी त्याला अजून दिलेली नव्हती. त्यानं बाहेर हिंडण्याचा प्रश्न काढताच डॉक्टर त्याला म्हणत, 'दुखणं उलटवून घ्यायचं आहे वाटतं! सुदैवानं सातव्या दिवशी ताप उतरला म्हणून मी तुम्हाला भलतेच अत्याचार करून देईन असं मात्र समजू नका!'

आणि हे बोलणं संपल्यानंतर ते सरोजकडे बघून म्हणत असत, "सरोजताई होत्या म्हणूनच इतक्या लवकर ताप खाली आला. नाहीतर मला स्वतःला खात्री नव्हती. या तापात नर्सिंगचंच विशेष महत्त्व असतं; आणि हे महत्त्व जाणूनच सरोजताईंनी तुमची अगदी चोख सेवा केली. माझ्या औषधापेक्षा तुमच्या या दुखण्यात त्यांच्या नर्सिंगचीच अधिक किंमत आहे."

डॉक्टरचं हे बोलणं ऐकून सरोज लाजून आपली मान खाली घालत असे आणि आपण लाजलो आहोत हे त्यांना कळून येऊ नये म्हणून पुन्हा आपली नजर डॉक्टरांकडे लावून ती म्हणत असे, 'डॉक्टर, सर्वांनाच त्याची किंमत समजत नसते!'

तिचं हे बोलणं कोणत्या रोखानं आहे हे समजून डॉक्टर म्हणाले होते, "अशी सेवाशुश्रूषा होत असेल तर आपल्यालाही आजारी पडणं आवडेल."

आणि नंतर समीरकडे वळून ते म्हणाले, "तेव्हा आपण आता बाहेर वगैरे जाण्याच्या मुळीच भानगडीत पडू नका."

आणि सरोजकडे वळून तिला ते बजावीत, "यांच्या बाबतीत तुमची जबाबदारी संपली असं तुम्ही अजून समजू नका बरं का! यांना कुठे बाहेर जायची लहर आली तर कॉटच्या खुराला एका दोरीनं त्यांना खुशाल बांधून ठेवा."

असं म्हणून ते मनसोक्त हसले होते.

आजही डॉक्टरांनी नेहमीप्रमाणे सरोजला तेच सांगितलं होतं. त्यामुळे डॉक्टरची

पाठ फिरताच तो जेव्हा बाहेर जाण्याच्या तयारीत दिसला, तेव्हा तिनं आश्चर्यानं विचारलं, "हे काय? ही बाहेर जाण्याची तयारी आहे वाटतं?"

त्यानं आपली मान होकारार्थी हलविली तेव्हा सरोज म्हणाली "डॉक्टरांनी सांगितलेलं इतक्यातच विसरलात?"

"डॉक्टरानी सांगितलेली प्रत्येक गोष्ट लक्षात ठेवण्यासारखी असते वाटतं?"

त्याच्या या बोलण्याच्या पद्धतीबद्दल तिला त्याचा मनस्वी राग आला. आपलं म्हणणं एक वेळ त्यानं मान्य केलं नाही तरी डॉक्टरांचं म्हणणं अमान्य करावं, याला अर्थ काय? आणि त्या रागातच ती म्हणाली, "समीर, प्रत्येक गोष्ट तू अशी थट्टेवारी नेतोस हे चांगले नाही हं!'

आपल्या कोटाची दुसरी बाही हातात घालून त्यानं म्हटलं, "थट्टेवारी कुठे नेतोय? आता मी निघालो आहे ही काय थट्टा झाली?"

सरोज चिडून म्हणाली, "मी तुला आज अशा स्थितीत बाहेर जाऊ देणार नाही. तुझ्या अंगात अजून किती अशक्तपणा आहे. चालण्याचीदेखील तुझ्या अंगात ताकद नाही."

"हे तुला कळलं वाटतं?"

"हो. माझ्याशिवाय ते दुसऱ्या कोणाला कळणार? सातच दिवस तुला ताप आला. त्या सात दिवसांत आम्ही तुझ्यासाठी किती खस्ता खाल्ल्या, त्या आमच्या आम्हालाच ठाऊक!"

आणि तो काही बोलत नाही असं बघून तीच पुढे म्हणाली, "आम्ही आमच्या जिवाच्या मोलानं तुमची सेवाशुश्रूषा करायची, आणि त्याची तुम्ही ही अशी परतफेड करायची होय?"

"एकूण परतफेडीसाठी तुम्ही हे सारं करता तर! म्हणजे त्यात तुमचा स्वार्थ असतो."

"असेलही! स्वार्थ म्हण अगर काही म्हण; पण मी तुला मुळीच बाहेर जाऊ देणार नाही."

"आणि मी गेल्याशिवाय राहणार नाही."

असं म्हणून तो दोन पावलं चालून पुढे गेला तेव्हा सरोज ओरडली, "समीर!"

आणि तो थांबलेला बघताच तिनं त्याच आवाजात म्हटलं, "कुठे चाललास?"

"तुला काय करायचं आहे ?"

"मला माहीत आहे तू कुठे चालला आहेस ते!"

"मग मला कशाला विचारतेस?"

असं म्हणून तो दारापर्यंत गेला तेव्हा सरोज काकुळतीनं म्हणाली, "तुला शिरीनकडे जायचं असेल तर खुशाल जा! माझी हरकत नाही; परंतु आज तरी जाऊ

नकोस. अजून तुझ्या अंगात फार अशक्तपणा आहे. परवासारखा रस्त्यावर घेरी येऊन पडलास तर?''

सरोजनं शिरीनचं नाव उच्चारताच तो जागच्या जागी थबकला आणि चमकून त्यानं एकदा मागं वळून बघितलं. सरोज त्याला म्हणत होती, ''खरंच आज जाऊ नकोस! माझ्याकरिता तरी!''

आपण एवढं बोलल्यानंतर तिला वाटलं की तो थांबेल. परंतु तिच्याकडे रागाचा एक दृष्टिक्षेप टाकून घराच्या पायऱ्या भराभर उतरून तो केव्हाच तिच्या नजरेआड झाला. तो घराच्या पायऱ्या उतरत असताना तिनं त्याला मोठ्यांदा दोन-तीन हाका मारल्या होत्या. त्या ऐकून पलीकडच्या खोलीत बसलेली त्याची आई धावत तेथे आली आणि घाबऱ्याघाबऱ्या तिनं सरोजला विचारलं, ''काय गं झालं? समीर कुठे गेला?''

''बाहेर गेला वाटतं कुठेतरी! कुठे गेला हे त्यानं सांगितलं नाही.''

हे बोलताना सरोजचा कंठ दाटून आला.

आईनं तिला पुन्हा विचारलं, ''तो कुठं गेला तुला माहीत नाही? त्याच्याशी भांडलीस का गं तू? त्यानं कुठे जातो हे सांगितलं नाही का तुला?''

आपली मान नकारार्थी हालवीत तिनं रडक्या आवाजात म्हटलं, ''त्यानं सांगितलं नाही; परंतु तो कुठं गेला असला पाहिजे हे मला ठाऊक आहे.''

आईनं अधीरतेनं म्हटलं, ''मग सांग की!''

तिला क्षणभर वाटलं की 'आईला यापैकी काही एक सांगू नये. समीरवरच्या रागानं या वृद्ध जिवाला उगाच दुःख का द्या. तो आपल्याशी कसाही वागत असला तरी त्या वागण्याची झळ त्याच्या वृद्ध मातेला का म्हणून लागू द्यायची? खरा प्रकार सांगितल्यावर तिला जे दुःख होईल ते दिसत असूनही सरोजनं तिला साऱ्या गोष्टी सांगायचं ठरवलं. तिच्या स्वतःच्या दुःखापुढे तिला आता दुसऱ्याच्या दुःखाची जाणीव मुळीच उरली नव्हती. जो मौल्यवान ठेवा तिनं आपला म्हणून मानला होता आणि तो जतन करण्याची पराकाष्ठा केली होती, तो ठेवा दैवानं अशा तऱ्हेनं तिला फसवून दूर करण्याचा घाट घातला असताना तिनं दुसऱ्याच्या दुःखाची पर्वा करण्याची जरुरीच उरली नव्हती. आणि म्हणून आईनं ''मग सांग की!'' असं म्हणताच ती म्हणाली, ''समीर एका मुसलमान मुलीकडे गेला आहे!'''

सरोजनं हे शब्द उच्चारताच आई तिच्यावर ओरडूनच म्हणाली, ''सरोज, तुझ्या जिभेला काही हाड आहे का? संध्याकाळच्या वेळी असं अभद्र बोलू नये माणसानं! तो माझा मुलगा आहे. मुसलमान मुलीकडे जाईलच कसा तो?''

''खरंच गेला आहे; आणि म्हणूनच त्याबद्दल वाईट वाटतं.''

असं म्हणून सरोजनं शिरीनबद्दल कादरभाईच्या हॉटेलमध्ये जाऊन काढलेली

सारी माहिती तिला सांगितली. ती ऐकून आई एकदम खाली बसली. तिला तशी बसताना बघून तिच्याकडे धावत गेलेल्या सरोजचा हात तिनं हातात घेतला आणि आपल्या पापण्यांची उघडझाप करण्याचा निष्फळ प्रयत्न केला. तिच्या निस्तेज डोळ्यांतून भराभर ओघळणाऱ्या अश्रूंकडे बघून सरोजला तिची फार कीव आली; आणि तिला बसलेल्या या भयंकर दुःखाच्या तडाख्याबद्दल तिचं कशा तऱ्हेनं सांत्वन करावं, हा प्रश्न तिला पडला असतानाच आईनं तिला पुन्हा विचारलं, "सरोज, तू सांगतेस हे सर्व खरं आहे का?"

यावर सरोजनं काही उत्तर देण्यापूर्वीच ती पुढे म्हणाली, "हे जर खरं असेल तर घातच झाला म्हणायचा!"

आणि आपले अश्रू आवरून पुढे तिनं बोलायला जी सुरुवात केली, ते बोलणं ऐकून सरोजला आपले अश्रू आवरता आले नाहीत. तिनं म्हटलं, "हे असं ऐकण्यापेक्षा माझे डोळे कायमचे मिटले असते तर किती बरं झालं असतं. समीरचे हे चाळे बघायला आज ते नाहीत, हे त्यांचं केवढं भाग्य? पण मीच कमनशिबी पडले. समीर असा निघेल असं मला कधीच वाटलं नव्हतं. आमच्या लग्नानंतर फारा दिवसांनी झालेला मुलगा म्हणून आमच्या दोघांचा तो केवढा लाडका होता! त्यांचं त्याच्यावर केवढं प्रेम होतं! तो फार मोठा होईल अशी त्यांची केवढी मोठी आशा होती! आणि खरंच, त्याचं जर असं झालं नसतं तर खास तो फार मोठा झाला असता. त्यानं मग असं चाळे कधीच केले नसते. खरंच, नसते केले गं! बालपणापासून बापाविना वाढलेल्या पोरक्या जगात असेच धिंडवडे निघतात की काय कुणास ठाऊक! सरोज, खरोखरच मी कमनशिबी आहे. नाहीतर त्याचं असं झालं नसतं."

'असं' म्हणजे कसं हे सरोजनं विचारण्यापूर्वीच आपल्याला आलेला हुंदका समीरच्या आईनं आवरला आणि पुढे चिडक्या आवाजात तिनं बोलायला सुरुवात केली- ती म्हणाली, "अशा वेळी वाटायला लागतं की या जगात परमेश्वर म्हणून कोणी नाही. पुण्यसंचय या गोष्टीला काही एक अर्थ नाही. न्यायाला किंमत नाही. आणि मग अशा स्थितीत त्या परमेश्वरूपी दगडावर डोकं फोडून त्याला विचारावंसं वाटतं, की मी अशी कोणती पापं केली आहेत म्हणून तू माझा असा छळवाद करतो आहेस? सारा जन्म तुझ्या नावानं माळ ओढण्यात घालवला, त्याची तुला काहीच चाड नाही का? उभ्या जन्मात तुझी अशी कोणती व्रतवैकल्यं मी चुकविली म्हणून तू माझ्या पदरी दुःखोपभोग बांधावास? आणि या साऱ्याचं तू काय फळ दिलंस? तर माझ्या मुलाला एका मुसलमान पोरीशी लग्न करण्याची बुद्धी दिलीस, हेच ना? सरोज, तुला कल्पना नाही. अगं, त्यांच्यामागे सती जायचं सोडून, या समीरसाठी आतापर्यंत मी सारं सारं सहन केलं आणि आता तू म्हणतेस की तो एका मुसलमान

पोरीशी लग्न करणार आणि माझ्या या दुःखावर कळस चढवणार! तो सारा सोहळा पाहण्यापेक्षा एखादी विहीर जवळ केलेली काय वाईट? आणि विहीर तरी कशाला? त्यानं जर खरंच तसं केलं तर त्या क्षणीच माझा जीव जाईल आणि माझ्या साऱ्या दुःखाचा एकदाचा शेवट तरी होईल.''

शेवटचं वाक्य बोलल्यानंतर मात्र तिला रडू कोसळलं. आपल्या अपत्यावर अपरंपार प्रेम करणाऱ्या दुःखित मातेच्या अंतःकरणात साठलेले सारे शब्द बाहेर पडेपर्यंत जणू काय त्यांनी दम धरला होता आणि अंतःकरणातून सारे शब्द बाहेर पडल्यानंतर आता आपल्याला डोळ्यांतून बाहेर पडायला काहीच हरकत नाही असं त्यांना वाटलं असावं. तिच्या सांत्वनार्थ आपण काहीतरी बोलायला हवं असं वाटून सरोज म्हणाली, ''आता तो घरी येऊ दे तर खरा! चांगली खरडपट्टी काढते त्याची!''

तिचे हे शब्द ऐकल्यानंतर भीतियुक्त स्वरात आईनं म्हटलं, ''छे! छे! असं काही एक करू नकोस! तो जिवाचं काहीतरी बरंवाईट करून घेईल. माझी शपथ आहे तुला सरोज!''

सरोज काहीच बोलली नाही तेव्हा आईच पुढे म्हणाली, ''तू त्याची काळजी करू नकोस! मी त्याला ताळ्यावर आणण्यास समर्थ आहे. नऊ महिने त्याचा भार पोटात उगाच नाही वाहिला. मी एक निराळाच प्रयत्न करून पाहणार आहे.''

असं म्हणून बराच वेळ ती सरोजशी एकसारखी बोलत होती. तिचं बोलणं संपलं तेव्हा आपलं दुःख संपलं असं तिला वाटलं होतं. आपल्या बोलण्याच्या अखेरीस तिनं सरोजला विचारलं, ''ही सारी हकिगत समीरला सांगितली म्हणजे त्याचं मन परावृत्त होणार नाही का, तूच सांग!''

सरोजला त्याबद्दल शंका होती तरी तिनं 'हो' म्हटलं आणि तिच्या होकारार्थीमुळे तात्पुरतं का होईना पण त्या दुःखित मातेला समाधान झाल्यासारखं दिसलं.

त्याच वेळी समीर कादरभाईंशी भांडून त्या हॉटेलमधून बाहेर पडत होता. हॉटेलमध्ये गेल्यानंतर प्रथम त्यानं कादरभाईंजवळ शिरीनची चौकशी केली तेव्हा त्यांनी समीरला म्हटलं होतं, ''बरे आलात तुम्ही! मी तुमचीच वाट बघत होते.''

मराठी भाषा बोलताना कादरभाई प्रत्येक शब्दाच्या शेवटी जे विचित्र हेल काढायचे ते ऐकून समीरला नेहमीच मोठी गंमत वाटत असे. परंतु या खेपेस मात्र त्याचं लक्ष त्यांच्या बोलण्यातील त्या हेलापेक्षा ते सांगणार असलेल्या शिरीनच्या माहितीकडे अधिक लागलं होतं. कारण तिच्या कॉलेजमधील त्या रात्रीच्या नाटकानंतर तिची आणि त्याची गाठ झालेली नव्हती. दुसऱ्या दिवशी तो तिच्याकडे जायला निघाला असताना वाटेतच घेरी येऊन तो पडला होता आणि टांगेवाल्यानं त्याला घरी आणून पोचवलं होतं. नंतर त्याला मुदतीचा ताप यायला लागला. तो सात

दिवस राहिला होता आणि आज पंधरा दिवस होऊन गेले होते तरी अशक्तपणामुळे त्याला बाहेर पडता आलं नव्हतं. आणि आतासुद्धा तो बाहेर पडला होता तो डॉक्टरांचं बंधन मोडूनच!

अशा तऱ्हेनं बाहेर पडताना आपल्या अंगातील अशक्तपणाची क्षिती त्यानं बाळगली नव्हती आणि सरोजच्या भावनांचीही पर्वा केली नव्हती. ज्या शिरीनचं प्रेम आपण प्राप्त करून घेतलेलं आहे, तिला आज दीर्घकालानंतर जाऊन भेटायचं एवढंच त्याला ठाऊक होतं. अशा स्थितीत कादरभाई मराठी भाषा कशी अशुद्ध बोलतात किंवा बोलताना प्रत्येक शब्दाच्या शेवटी ते कसे विचित्र हेल काढतात इकडे त्याचं लक्ष जाणंच शक्य नव्हतं.

"मी तुमचीच वाट पहात होते" असं म्हणून कादरभाईंनी त्यांच्या हॉटेलमधील एका विश्वासू नोकराला गल्ल्यावर बसण्यास सांगितलं आणि ते समीरला म्हणाले, "चलो, आपण खोलीत जाऊ!"

खोलीत प्रवेश केल्यानंतर समीरला एका खुर्चीवर बसायला सांगून कादरभाई म्हणाले, "मी तुमची एवढ्यासाठीच वाट बघत होते, की मला तुमची चांगली हजेरी घ्यायचा आहे!"

त्याचं बोलणं कदाचित थट्टेनं असावं अशा समजुतीनं समीर म्हणाला, "एकदा सोडून दहादा हजेरी घ्या कादरकाका! परंतु शिरीन कोठे आहे हे प्रथम मला सांगा!"

"त्या बाबतीतच तुमची मला खडसून हजेरी घ्यायचा आहे समजलात?"

कादरभाईंचं हे बोलणं ऐकून मात्र त्याला वाटू लागलं की हा प्रकार काहीतरी निराळा दिसतो आहे! त्यांच्या बोलण्यावर काय बोलावं याचा तो विचार करीत असतानाच कादरभाईपुढे म्हणाले, "शिरीन बेपत्ता झाली आहे! आणि याला तुम्हीच जबाबदार आहात!"

आपल्या या बोलण्यानं समीरच्या चेहऱ्यावर आश्चर्य दिसू लागलेलं बघताच कादरभाईंनी म्हटलं, "माझ्याकडे असे आश्चर्यानं बघता काय? खरंच तुम्हीच त्या गोष्टीला जबाबदार आहात!"

आणि एवढं बोलल्यानंतर उस्मानाबादच्या सरदारांची सारी हकिगत त्यांनी समीरला निवेदन केली. ती ऐकून समीर मोठ्या आवाजात कादरभाईंना म्हणाला. "पण तुम्ही तिला त्यांच्याबरोबर मुंबईला धाडलीतच का? आणि पुन्हा मला म्हणता की त्याला मी जबाबदार आहे म्हणून?"

"खोटं आहे का ते? शिरीन तुमच्या नादी लागली आहे हे बघून मला तसं करावं लागलं. उस्मानाबादच्या सरदारांनी मला तिच्यासाठी खूप पैसा देण्याचं कबूल केलं आणि मी ते खरं मानलं. त्यांच्या म्हणण्याप्रमाणे मी तिला खुशाल मुंबईला

जाऊ दिलं. हेतू इतकाच की ती मुंबईला गेली म्हणजे तिचा तुमच्याबद्दलचा नाद सुटेल आणि उस्मानाबादच्या सरदाराशी तिचं संघटन वाढेल. नाहीतर तुमच्याशी तिनं लग्न केलं असतं तर मला काय फायदा झाला असता? एक फुटकी कवडीही देण्याची तुमची ऐपत नाही आणि शिवाय आमच्या साऱ्या जमातीनं आमच्या तोंडात शेण घातलं असतं. म्हणून मी या साऱ्या गोष्टी केल्या. परंतु नंतर मला कळलं की उस्मानाबादचा सरदार हा तोतया आहे! हैदरला त्यानं मुंबईच्या एका रस्त्यावर सोडून दिलं. तेव्हाच हैदरनं जाणलं की शिरीनचा मिळणारा पैसाही गेला आणि याला जबाबदार तुम्ही- तुम्ही आहात!''

कादरभाईचं हे हलकट बोलणं ऐकून समीरला वाटलं की त्याच्या एक श्रीमुखात भडकवावी. परंतु सभ्य माणसांनी असं करू नये हा विचार त्याच्या मनात येऊन तो मनाच्या या संतप्त अवस्थेत कादरभाईंना म्हणाला, ''काय हलकटसारखं बोलता हे? लाज नाही वाटत? आपल्या पुतणीचा असा बाजार करताना तुम्हाला शरम कशी वाटली नाही?''

आपलं बोलणं संपवून समीर आपल्या जागेवरून उठू लागला तेव्हा कादरभाई त्याच्या अंगावर धावून गेले आणि आपला हात त्याच्यावर उगारून तो ओरडून म्हणाला, ''तुम्हाला असं बोलायचं असेल तर चालते व्हा माझ्या घरातून! नाहीतर...''

त्यांनी उगारलेला हात आपल्या हातात धरून समीर म्हणाला, ''काय करता आहात तुम्ही हे?''

आपला हात मागं घेऊन कादरभाई पुन्हा ओरडले, ''चालते व्हा माझ्या घरातून!''

''तुम्ही सांगायच्या आधीच हा बघा मी निघालो!''

असं म्हणून समीर त्या खोलीच्या बाहेर पडला. बाहेर पडताना तो मनाशी म्हणाला, 'याच कादरभाईला मी तीन वेळा सूट दिली, नाहीतर आज हा दुष्ट तुरुंगात खडी फोडत बसला असता!

परंतु केवळ शिरीनसाठी आपण त्यांना सूट दिली हा विचार त्याच्या मनात येताच त्याला शिरीनची तीव्र आठवण होऊन एक पाऊलही पुढे टाकण्याची शक्ती त्याच्या अंगात उरली नाही.

रस्त्यावर येताच दिसलेल्या पहिल्या टांग्याला त्यानं हाक मारली. परंतु त्याचा आवाज इतका खोल गेला होता, की त्या टांगेवाल्यापर्यंत तो पोचू शकला नाही. त्या चौकात उभ्या असलेल्या पोलिसानं त्या टांगेवाल्याला हाक मारून म्हटलं, ''अरे, गिऱ्हाईक बोलावत आहे ते ऐकू येत नाही वाटतं? का लढाईत फार पैसे मिळवले आहेस?''

"हां, आलो साहेब!" असं म्हणून त्या टांगेवाल्यानं समीरसमोर टांगा आणून उभा केला. पैसे न ठरवताच समीर जेव्हा टांग्यात बसला तेव्हा टांगेवाल्यानं ओळखलं की हे गिऱ्हाईक मोठं आहे. त्यानं फक्त त्याचा पत्ता विचारून घेतला आणि टांगा हाकण्यास सुरुवात केली.

टांगा केव्हा सुरू झाला हे समीरला मुळीच कळलं नाही. त्याच्या डोळ्यांसमोर अंधारी आली होती. आपल्या अंगाचा सारा भार टांग्याचा मागच्या गादीवर टाकून देऊन त्यानं आपले डोळे घट्ट मिटून धरले आणि मनाशी म्हटलं, 'शिरीन!'

नऊ

"शिरीन!"

जाफरभाईंनी आपल्या मनाशी वरीलप्रमाणे उच्चार केला आणि शिरीनकडे बघत त्यांनी विचारलं, "काय म्हणालात तुमचं नाव? शिरीन?"

त्यांच्याकडे बघून शिरीन हसली आणि म्हणाली, 'माणसांची नावं रोज रोज काही बदलत नसतात."

तिच्या म्हणण्याचा अभिप्राय जाफरभाईंच्या तेव्हाचं लक्षात आला. कारण त्यांनी हाच प्रश्न यापूर्वी तीन-चार वेळा तरी विचारला होता आणि तिच्याकडे काही एका विशिष्ट अभिप्रायानं बघितलं होतं. गेल्या पंधरा दिवसांत शिरीनची आणि जाफरभाईंची चांगलीच गट्टी जमली होती. जाफरभाईंच्या बोलण्याची तऱ्हा तिला फार आवडे. ते नेहमीच अंतःकरणापासून बोलत असत. त्यांना मराठी भाषा फारशी शुद्ध बोलता येत नव्हती. तथापि या त्यांच्या वैगुण्याकडे तिचं कधीच लक्ष जात नसे. कारण त्यांच्या मुखावटे जे अमूल्य विचार बाहेर पडत त्या विचारांना भाषेचं कोंदण नसलं तरी त्याचं सौंदर्य यत्किंचितही कमी होणार नाही, याबद्दल तिला खात्री होती.

या गोष्टीचा विचार करताना तिच्या लहानपणी तिनं ऐकलेल्या एका खानदानी गवय्याच्या गाण्याची तिला आठवण येई. त्या गवय्याची मुद्रा अगदी कुरूप होती या गोष्टीचं तिला अगदी चांगलं स्मरण होतं. तो गात असताना मूळ गाण्याचे शब्द शोधून काढणं श्रोत्यांना अगदी मुश्किल होऊन जात असे. परंतु एकदा का त्यांच्या अप्रतिम कंठातून विविध प्रकारच्या स्वरमाला कानी पडू लागल्या, म्हणजे सारे श्रोते नादलुब्ध होऊन डोलू लागत, हे तिनं प्रत्यक्ष बघितलं होतं. जाफरभाईंच्या बोलण्यातील भाषेचं वैगुण्य जेव्हा जेव्हा तिच्या ध्यानी येई, तेव्हा तेव्हा त्या गवय्याची आठवण होऊन मी मनात म्हणत असे, 'खरंच, भाषेचं सारं वैगुण्य नाहीसं व्हावं एवढे यांचे विचार सुंदर आहेत.' वास्तविक तिची आणि जाफरभाईंची दिवसातून दोनदाच गाठ पडे. त्या अंधारकोठडीत तिला दोन्ही वेळा जेवण देण्याचं काम जाफरभाईंच्याकडे देण्यात आलं होतं; आणि तिचं जेवण उरकून ते जेव्हा निघून जात, तेव्हा त्याचं सारं बोलणं आठवून त्यावर पुनःपुन्हा विचार करणं, एवढंच काम तिला उरत असे.

त्या अंधारकोठडीत पडल्यापासून आपल्या आयुष्याची इतिश्री झाली असं समजण्याची तिनं आपल्या मनाची तयारी करून ठेवली होती. समीरच्या मिलनाची गोष्ट तर दूरच राहो, परंतु आपल्याला यापुढे या कोठडीतून बाहेर पडून मानाचं जीवन जगणं ही गोष्ट अशक्यप्रायच आहे, हे लक्षात यायला तिला मुळीच वेळ लागला नाही. कारण गेल्या पंधरा दिवसांत तिनं ज्या ज्या गोष्टी बघितल्या होत्या आणि ऐकल्या होत्या, त्यावरून तरी तिची ही कल्पना मुळीच चुकीची ठरली नसती. परंतु एखाद्या परमावधीच्या दुःखात माणसाला काहीतरी विरंगुळा सापडावा त्याप्रमाणे तिला जाफरभाईंचा सहवास वाटे. त्यांना पाहिल्यापासून तिच्या मनात एक शंका आली होती की.....

पण लगेच त्या वेळी ती मनाशी म्हणाली होती. 'छे:! मानवी आयुष्यात येणाऱ्या अशा प्रकारच्या शंकाकुशंका अखेरीस खोट्याच ठरतात. आणि मी तरी इतकी भाग्यवान खचित नाही.'

तिला तसं वाटावं असंच तिचं आतापर्यंतचं सारं आयुष्य गेलं होतं; आणि म्हणून पुढे मग तिनं त्या शंकेला आपल्या मनात थारा दिला नव्हता.

आतासुद्धा जाफरभाईंनी जेव्हा तिला तिच्या नावाबद्दल प्रश्न केला तेव्हा तिला तीच शंका आली. परंतु नेहमीप्रमाणे आताही ती शंका दाबून तिनं म्हटलं, "मला तुम्ही माझं नाव पुनःपुन्हा का विचारता आहात?"

जाफरभाई विचारात पडलेले पाहून ती पुढे म्हणाली, "खरंच सांगा ना!"

"तुमचं नाव ऐकून मला वाटतं......"

"काय वाटतं?"

"छे! काही नाही."

"असं हो काय? काय वाटतं ते सांगा ना!"

"तुमचं नाव मोठं गोड वाटतं."

असं म्हणून जाफरभाई जेव्हा जोरजोरानं हसू लागले तेव्हा शिरीन म्हणाली, "असं हो काय करता? तुम्ही माझ्यापासून खास काहीतरी लपवून ठेवीत आहात! खरंच सांगा ना, काय वाटतं ते?."

यावर जाफरभाईंनी आपली मुद्रा काहीशी गंभीर केली; त्यांनी आपल्या पांढऱ्या शुभ्र दाढीवरून एकदा हात फिरवला आणि शिरीनकडे बघत ते म्हणाले, "तुमचं नाव इतकं गोड आहे की ते ऐकून मला तुम्ही माझ्या मुलीच्या जागी असावं असं वाटतं. कारण तुम्हाला बघितल्यापासून मला एकसारखी माझ्या मुलीची आठवण येत आहे."

"कुठे आहे तुमची मुलगी?"

या तिच्या प्रश्नावर त्याच गंभीरपणानं जाफरभाई म्हणाले, "ती कुठे आहे किंवा ती या क्षणी जिवंत असेल की नाही याची मला काहीच कल्पना नाही."

"म्हणजे?"

"तो एक फार मोठा इतिहास आहे!"

असं म्हणताना त्यांच्या आवाजात कंप आला होता आणि डोळ्यांच्या कडांना अश्रू जमा व्हायला लागले होते.

परंतु त्यांच्या बोलण्यानं शिरीनचं कुतूहल जागृत होऊन ती म्हणाली, "तुमची काही हरकत नसेल तर मला तुम्ही तो इतिहास सांगा."

"हरकत कसली? उलट अंतःकरणात आतापर्यंत साठलेला सारा दुःखभार तरी हलका होईल. आपल्या अंतःकरणात कान देऊन कुणीतरी आपलं दुःख ऐकावं अशी प्रत्येक दुःखी माणसाला वास्तविक इच्छा असते. परंतु ती हकिगत तुम्ही ऐकली म्हणजे तुम्ही माझा खास द्वेष करू लागाल. आणि ते मात्र मला मुळीच सहन होणार नाही."

"छे, छे! तुमचा द्वेष करणं मला कधीच शक्य होणार नाही."

या तिच्या बोलण्यावर जाफरभाई एकदम म्हणाले, "तुमच्याबरोबर एक खुनी इसम उभा आहे हे ऐकलं तरी?"

जाफरभाईंचे हे शब्द ऐकून शिरीन चांगलीच दचकली. आपली शंका खरी होऊ पाहत आहे याची तिला खात्री वाटू लागली. आणि मग मात्र तिचं कुतूहल इतकं वाढलं की तिनं आपल्या मनातील सारे विकार एकदम दाबले आणि ती म्हणाली, "हो तरीही! माझं मन कोणत्याही परिस्थितीत तुमचा द्वेष करू लागेल हे तुम्ही स्वप्नातही आणू नका. सारा अगदी सगळा इतिहास मला सांगा."

तिच्या बोलण्यावर जाफरभाईंनी जेव्हा सभोवार बघितलं, तेव्हा ती म्हणाली, "तुमचे ते सरदार येतील म्हणून तुम्ही इकडे तिकडे बघता आहात?"

"छे, छे! मुळीच नाही. ते आज गावाला गेले आहेत. आणि अजून पंधरा दिवस इकडे येणार नाहीत. परंतु कसं सांगावं याचा विचार करतो आहे!"

आणि बराच वेळ गेल्यानंतर जणू काय आता आपल्या मनात त्या इतिहासाचे सारे धागेदोरे एकत्र आले आहेत अशी चर्या करून जाफरभाईंनी तो इतिहास सांगण्यात सुरुवात केली.

ते म्हणाले "रावळपिंडीजवळ माझं राहण्याचं मूळ गाव होतं. त्या खेड्यातच आम्ही लहानाचे मोठे झालो. आमचं गाव मध्यम वस्तीचं असलं तरी त्या गावात 'रामलीला' हा उत्सव फारच मोठ्या थाटानं साजरा होत असे. त्या उत्सवात आम्ही सारे जण हिंदू-मुसलमान हा भेदभाव विसरून भाग घेत असू. अशाच एका उत्सवात काही मतभेद होऊन हिंदू आणि मुसलमान असे दोन तट निर्माण झाले. आणि ती भांडणं पुढे इतकी विकोपास गेली की एकमेकांनी परस्परांची घरं लुटण्यास सुरुवात केली; जमिनीची नासधूस आरंभिली. काहींनी तर आपल्या प्रतिस्पर्ध्यांच्या बायकाही

पळवण्याचं सत्र सुरू केलं. दिवसेंदिवस परिस्थिती अधिकच चिघळत चालली. अशा स्थितीत एक भयंकर क्रूर कामगिरी माझ्यावर सोपविण्यात आली. आता त्या गोष्टी आठवल्या म्हणजे अंगावर शहारे येतात. परंतु ते रक्त तारुण्याचं होतं. आपल्या शत्रूला नामोहरम करण्याची ताकद त्या वेळी अंगात होती. मग आपण करणार असलेली गोष्ट चांगली की वाईट हे समजण्याची समज मनाला असणं शक्यच नव्हतं.''

इतकं बोलून जाफरभाई थांबले तेव्हा शिरीन त्यांच्याकडे प्रश्नार्थक मुद्रेनं बघू लागली. तिच्या बघण्याचा अभिप्राय लक्षात येऊन जाफरभाई पुढे म्हणाले, ''एका हिंदू पुढाऱ्याचा खून करण्याची कामगिरी माझ्यावर सोपविण्यात आली होती.''

शिरीननं आपलं अंग शहारे आल्याप्रमाणे केलं तेव्हा जाफरभाई म्हणत होते, ''खरं आहे तुमचं! खरोखर अंगावर शहारे आणण्याजोगं असंच ते कृत्य होतं. एका माणसानं रागानं अंध होऊन दुसऱ्या एका माणसाचा जीव घेणं यासारखं नीच कृत्य दुसरं कोणतं असू शकेल? त्यातून एखाद्या अज्ञात माणसाचा खून करणं ही गोष्ट एक वेळ सोपी असेल; परंतु माझ्यावर ज्या माणसाच्या खुनाची जबाबदारी टाकण्यात आली होती तो हिंदू माणूस माझा शेजारी होता. तो माझा एक जिवाचा मित्र होता. एकही गोष्ट उभ्या आयुष्यात त्यानं माझ्याशिवाय व मी त्याच्याशिवाय केली नव्हती. आणि मला त्याचा खून करायचा होता! मी ती गोष्ट नाकारली असती तर माझ्याच पक्षाच्या लोकांनी मला ठार केलं असतं. 'जाईना का आपला जीव; परंतु ज्या शेजाऱ्यावर आपल्या जिवाभावाचा मित्र म्हणून आपण मनोमन प्रेम केलं, त्याला का वाचवू नये,' असा विचार त्या वेळी माझ्या मनात आला नाही असं नाही. परंतु ऐन तारुण्य समोर दिसत असताना जिवाचा लोभ कुणाला सुटला आहे? मी मन घट्ट केलं! सारं धैर्य गोळा केलं आणि ठरलेल्या रात्री ते नीच कृत्य पार पाडलं!''

ही हकिगत ऐकत असताना शिरीनचा डोळ्यांतून एकसारखे ओघळणारे अश्रू जाफरभाईंना मुळीच दिसत नव्हते. कारण त्यांच्या स्वतःच्या डोळ्यांतील अश्रूंनी त्यांची दृष्टी अंधूक झाली होती. आपल्या उजव्या खांद्यावर टाकलेल्या मळक्या फडक्यानं त्यांनी आपले डोळे पुसले, आणि पुढील हकिकत सांगण्यास सुरुवात केली –

''प्रत्यक्ष तेव्हाचा प्रसंग आठवला म्हणजे मात्र असं वाटतं की आपल्यासारख्या दुष्टांना परमेश्वरानं का जिवंत ठेवावं? ती अंधारी रात्र होती. नेहमीप्रमाणे त्या रात्री मी त्यांच्याकडे गप्पा मारायला गेलो नाही. बिचाऱ्यानं मला दोन-तीन निरोप धाडले. परंतु मी काहीतरी कारण सांगितलं, आणि मध्यरात्री सर्वत्र सामसूम होताच मी भिंत चढून त्याच्या घरात प्रवेश केला. भिंतीवरून हळूच उडी मारली तरी माझ्या पावलांचा आवाज माझा मलाच स्पष्ट ऐकू आला. एकदा वाटलं की त्या ठिकाणाहून

धूम ठोकून पळून जावं. परंतु एखादं क्रूरकर्म करण्यापूर्वी मन कचरलं तर आपल्यावरच डाव उलटण्याचा संभव असतो, असा विचार करून मनाचा निर्धार केला आणि सरळ त्याच्या निजायच्या खोलीत शिरलो. त्याची पत्नी आपल्या छोकऱ्याला कुशीत घेऊन त्याच्या जवळ झोपली होती. त्या झोपलेल्या निष्पाप छोकऱ्याला बघून पुन्हा एकदा मन कचरलं; त्याच्या एवढीच मला एक छोकरी आहे, ही गोष्ट मला त्या वेळी विसरता येईना. दोघं पोरं मोठी गोड होती. कित्येक वेळा आम्ही एकमेकांची जात विसरून त्या दोघांच्या लग्नाच्या गोष्टी केल्या होत्या; आणि त्या दोघांची तरी केवढी गट्टी जमली होती, न जाणो त्यांच्या मीलनाचं स्वप्न भविष्य काळात खरं ठरेल असं मला त्या दोघांना एकत्र खेळताना बघून नेहमी वाटे. आणि त्याच छोकऱ्याच्या बापाचा मी शेवट करणार होतो व त्याला निराधार करून सोडणार होतो. पण आता मागं पाय घेणं शक्यच नव्हतं. मी एकवार हातातील सुऱ्याकडे बघितलं आणि दुसऱ्याच क्षणी थरथरत्या हातांनी तो तीक्ष्ण सुरा त्याच्या गळयावर ठेवला आणि माझ्या जिवाभावाच्या मैत्रीचा शेवट करून टाकला...

"ते क्रूर कर्म करून मी जेव्हा त्या घराच्या बाहेर पडलो तेव्हा एक पाऊलही पुढे टाकण्याची शक्ती माझ्या अंगात उरली नव्हती. त्या भयाण अंधकारात मी कसंतरी घर गाठलं...

"साऱ्या पुराव्याच्या खुणा नष्ट करून मी जेव्हा थकून अंथरुणावर अंग टाकलं, तेव्हाच मला कळून चुकलं की या जगात माझ्यासारख्या क्रूरकर्म्यांना भिऊन निद्रा त्यांच्याजवळ कधीच येत नाही. अमानुष कृत्याबद्दल मनातील विचारांनी माझ्याविरुद्ध बंड उभारलं आणि माझ्या कृत्याचा जगात बोभाटा होण्यापूर्वीच मी घरातून बाहेर पडलो आणि पोलीस चौकीवर जाऊन जेव्हा मी माझा गुन्हा कबूल केला, तेव्हा कोठे माझ्या मनाला थोडी शांती लाभली."

थोडा वेळ थांबून जाफरभाई पुढे म्हणाले, "माझ्यावर खटला होऊन ज्या दिवशी मला शिक्षा देण्यात आली, तो दिवस मी कधी जन्मात विसरणार नाही. न्यायाधीश येताच सारं कोर्ट उभं राहिलं. मी पोलिसांच्या पहाऱ्यात पिंजऱ्यात बसलो होतो. माझ्या विचारात मी इतका गढून गेलो होतो, की उभं राहायचं भानदेखील मला राहिलं नाही. पोलिसाचा दंडुका जेव्हा माझ्या पाठीत बसला, तेव्हा मी माझ्या विचारतंद्रीतून जागा झालो आणि उठून उभा राहून मी मनात म्हटलं, 'झाली आता आपल्या आयुष्याला खरी सुरुवात!'...

"न्यायाधिशांनी प्रथम जे काय वाचून दाखवलं तिकडे माझं लक्ष नव्हतं. परंतु माझ्याकडे बघून जेव्हा त्यांनी 'जन्मठेप' हा शब्द उच्चारला तेव्हा माझ्या डोळ्यांसमोर काळं पाणी दिसू लागलं. काळ्याकुट्ट पाण्याचा प्रचंड लोंढा आपल्या अंगावरून सरकत आहे व त्यातच आपण नामशेष झालो आहोत असा भास होताच पोलिसांनी

पुन्हा माझ्या पाठीत दंडुका मारला आणि म्हटलं, 'चलो! ए बदमाष!'...

"त्याच दिवशी संध्याकाळी मला भेटायला माझी बायको तुरुंगात आली. तिच्या कडेवर बसलेल्या माझ्या छोट्या छोकरीकडे बघून मला भडभडून आलं तेव्हा ती मला म्हणत होती, 'जाणार तुम्ही आम्हाला सोडून?' मी तिच्या प्रश्नाला उत्तर न देताच तिच्या कडेवर असलेल्या त्या निष्पाप जिवाचा मुका घेतला तेव्हा पोलिसानं जवळ येऊन दरडावून सांगितलं, 'चलो! भेटीची वेळ संपली!'...

"मी त्याच्याकडे बघत दीनवाणीनं म्हणालो, 'इतक्यातच वेळ संपली? अजून आमचं काहीच बोलणं झालं नाही!' तो आणखी दरडावणीच्या स्वरात म्हणाला, "साले बदमाष! हे काय तुमचं घर आहे वाटतं! खून करते वेळी कुठे अक्कल गेली होती?'...

"तो आणखी शिव्या देत असतानाच मी त्याला अगदी अगतिक होऊन म्हटलं, 'मला माझ्या छोकरीचा आणखी एक तरी मुका घेऊ दे! मला ती पुन्हा कधी भेटणार नाही!' असं म्हणताना माझ्या डोळ्यात पाणी उभं राहिलं तेव्हा माझ्यावर जणू काय फार उपकार केल्याचा आविर्भाव करून त्या पोलिसानं मला परवानगी दिली...

"माझ्या छोकरीचा तो अखेरीचाच मुका आणि माझ्या बायकोचीदेखील ती अखेरचीच भेट ठरणार आहे, या जाणिवेनं माझ्या अंतःकरणात कालवाकालव होऊ लागली. मला माझ्या प्रिय मंडळींपासून ओढून अंधार कोठडीत नेणाऱ्या त्या पोलिसाची मला मनस्वी चीड आली. परंतु तुरुंगाच्या कोठडीत आत गेल्यावर मला वाटू लागलं की माझ्यासारख्या माणसाला हीच जागा योग्य आहे! कशाला मी माझ्या छोकरीचा मुका घेण्याबद्दल त्या पोलिसाची याचना केली? मला त्या निष्पाप जिवाच्या गालाला स्पर्श करण्याचा काय अधिकार? माझ्या विषारी स्पर्शानं तिचं जीवित मलिन तर होणार नाही ना? त्या पोलिसावर का रागवावं? उलट ज्या नीच माणसानं आपल्या परमप्रिय मित्राचा खून केला त्याच्या संपर्कापासून इतरांना दूर ठेवण्यात त्याची तरी काय चूक होती?...

"या अशा विचारात किती वेळ गेला याचं मला भानही राहिलं नाही; परंतु रात्रपाळीचा पोलिस माझ्याजवळ येऊन जेव्हा हळूच माझ्याशी बोलू लागला, तेव्हा चांगलीच रात्र पडली होती. प्रथम तो जे काय म्हणत होता त्याचा खरेपणा मला पटेना. तो माझ्या फार जुन्या ओळखीचा होता व त्याला माझ्याबद्दल फार आदर आहे, ही गोष्ट मला ठाऊक होती. तो मला तुरुंगातून पळून जाण्याचा जेव्हा सल्ला देऊ लागला तेव्हा मी त्याला म्हटलं, 'मला ते योग्य वाटत नाही. जो भयंकर गुन्हा मी केला आहे त्याची शिक्षा ही मी भोगलीच पाहिजे'...

'तुम्ही एकटे असाल तर तुमचं म्हणणं एक वेळ मी मान्य केलं असतं; परंतु

आपल्यामागे आपली पत्नी व एक गोड पोरगी आहे हे तुम्ही विसरू नका. तुमच्यासाठी तुमच्या कुटुंबाची काय वाताहत होईल याची तुम्हाला कल्पना तरी आहे का?'...

"आणि मला ती कल्पना होती म्हणूनच मग जास्त आढेवेढे न घेता त्याच्या मदतीनं तुरुंगातून पळून जाण्याच्या बेताला मी कबुली दिली. मी त्याला माझ्या घरून काही पैसे आणायला सांगितले तेव्हा तो म्हणाला, 'परंतु मला तुमची घरची मंडळी ओळखतील का? शक्य तर तुमची काहीतरी खूण द्या. ती पटवून मी पैसे आणतो.'...

"माझी नजर चटकन माझ्या हातातील अंगठीकडे गेली...

" 'ही अंगठी तिला दे. म्हणजे तिला ओळख पटेल. असं म्हणताना माझ्या हातात अंगठी होती आणि डोळ्यांत पाणी होतं. मी माझं मन आवरून त्याला म्हटलं, 'ही अंगठी तिनंच मला एकदा भेट म्हणून दिली होती. ती तिला पुन्हा देऊन सांग की ही अंगठी घालण्याच्या लायकीचा मी आता उरलो नाही. पवित्र वस्तूला पवित्र माणसानंच स्पर्श करायचा असतो. माझी ही शेवटची भेट म्हणून तू ती ठेव. तुझ्या पुण्याईनं जगलो-वाचलो तर पुन्हा येऊन तुला भेटेन. नाहीतर हीच शेवटची भेट!'...

"तो पैसे घेऊन रात्री परत आला तेव्हा त्यानं मला म्हटलं, 'तुम्हाला घरच्या मंडळींना एकदा भेटायचं आहे का?' मी नकारार्थी मान हलवीत म्हणालो, 'छे, छे! पुन्हा त्या पुण्यवान माणसांना भेटण्याचा मोह नको. माझी ती लायकी आता उरली नाही. मला तुम्ही तो आग्रहही करू नका.

"माझे हे शब्द ऐकून जेव्हा त्या पोलिसाच्या डोळ्यांत पाणी उभं राहिलं, तेव्हा मी त्याला म्हटलं, 'पण मी पळून गेलो तर तुमच्यावर काही बालंट येणार नाहीं ना?'...

"तो म्हणाला, 'छे! त्याची तुम्ही मुळीच काळजी करू नका. तुम्हाला सोडून उलट तुम्ही पळून गेलात अशी ओरड करण्यात आम्ही पोलिस लोक मोठे पटाईत असतो'...

"त्याच्याकडे बघून मी मनात म्हणालो, 'खरंच, या जगात कोणतंही सत्कर्म कधीच फुकट जात नसतं.' कारण त्याच्यावर मी वेळोवेळी उपकार केले होते, हे तो विसरला नव्हता. आणि म्हणून त्यानं मला तुरुंगातून मुक्त केलं होतं. परंतु ज्या माझ्या पूर्वीच्या सत्कर्मांच्या जोरावर मी त्या तुरुंगातून बाहेर पडलो होतो, ते सत्कर्म यापुढे करण्याची लायकी माझ्या अंगात राहिली काय? खचित नाही...

"माझ्या पापाचं प्रायश्चित मिळाल्याशिवाय कधीच राहणार नाही, असा विचार करून त्या बंदिवासाच्या बाहेर जेव्हा मी पडलो, तेव्हा दुष्ट लोक ज्याला भिऊन आपल्या क्रूर कर्मापासून परावृत्त होतात, तो चंद्रप्रकाश नुकताच पृथ्वीवर पडला

होता. सारं वातावरण अगदी शांत होतं. झाडांची मुळीच हालचाल होत नव्हती तरी हवेत चांगलाच गारठा येऊ लागला होता. वृक्षांच्या छाया पश्चिम दिशेला दूरवर पडल्यामुळे वातावरणाला एक प्रकारचा भयानकपणा आला होता. आणि जणू चंद्राला तोंड दाखविण्यास मी भीत होतो म्हणूनच की काय, पश्चिम दिशेकडे तोंड करून मी चाललो होतो- कुठे ते मला माहीत नव्हतं. किंबहुना माझ्यासारख्या पाप्याला या जगात कुठेच थारा मिळणार नाही, अशी माझी खात्री पटली होती. वाट चालत होतो, तरी रस्ता संपत नव्हता. केव्हा संपणार हेही मला ठाऊक नव्हतं. चालताना वृक्षांच्या दूरवर पडलेल्या छाया मला अजूनही दिसत होत्या; जणू काय माझ्या प्रवासाच्या अखेरपर्यंत मला त्यांची सोबत होणार होती. अखेरीस चालताना रात्र संपली तरी माझा प्रवास संपला नव्हता. पण वृक्षाच्या छायांनी मात्र माझी सोबत केव्हाच सोडली होती. मी थकून जेव्हा एका झाडाच्या खाली विश्रांती घेण्यासाठी बसलो. तेव्हा ऐन पहाटेचा सुमार होता. रस्त्यावरच्या तुरळक रहदारीवरून मी तेव्हाच ताडलं, की मी माझं गाव मागे टाकून दुसऱ्या एका गावात प्रवेश केला आहे. रस्त्यावरून जाणाऱ्या एका गवळ्याला मी हटकलं आणि दूध देतोस का म्हणून विचारलं. त्यानं माझी मामुली चौकशी केली आणि मला दूध देऊन तो जेव्हा निघाला तेव्हा मी त्याला विचारलं, 'कालाबागला जायला मला सकाळी मोटार मिळेल ना?'...

" 'हो! सकाळी आठ वाजता याच रस्त्यावरून मोटार जाते. तुम्ही इथे जरी बसलात तरी तुम्हाला मोटार सापडेल'...

"आठ वाजायला बराच अवधी होता, म्हणून मी माझं अंग जमिनीवर टेकलं. मी अगदी थकून गेलो असल्यामुळे माझा ताबडतोब डोळा लागला. मी पुन्हा जागा झालो तो त्या मोटारीच्या पोंग्याच्या आवाजानंच! आठ वाजता मोटारीत बसून मी कालाबाग गाठलं...

"परंतु कालाबाग येथे आल्यानंतर मला कळून चुकलं की मला माझ्या नेहमीच्या वेषात येथे वावरता येणार नाही. मी लगेच माझी दाढी काढून टाकली. भगवी वस्त्रं परिधान केली आणि अंगाला राख फासून हिंदू बैराग्याचा वेष धारण केला. हा वेष मोठ्या शहरात सहज पचू शकतो; म्हणून पेशावर गाठलं. परंतु त्याही ठिकाणी आपल्याला सुरक्षित राहता येणार नाही असं वाटून मी परमुलखात जाण्याचं ठरवलं आणि अफगाणिस्तानातील बदकशानचा रस्ता धरला. ते दिवस थंडीचे होते. माझ्याजवळ पुरेसे कपडे नव्हते. कुठे कपडे खरेदीला जाऊ म्हटलं तर कुणी ओळखण्याची भीती! अशा स्थितीत एका सायंकाळी मी धर्मशाळेत बसलो होतो. थंडीनं उग्र स्वरूप धारण केलं होतं. बाहेरचे सारे रस्ते निर्जन दिसत होते. थंडीनं गोठलेल्या पाण्याचे कण अंगावर येत असल्याचा भास होत होता. थंडी

जेव्हा अगदी असह्य झाली, तेव्हा मी शेकण्यासाठी शेकोटी पेटवली. त्या उजेडात माझा चेहरा जेव्हा स्पष्ट दिसू लागला, तेव्हा माझा मीच भ्यायलो. इतक्यात एक मोटार त्या धर्मशाळेसमोर थांबली आणि त्या मोटारीतून उतरणाऱ्या व्यक्तीकडे बघून माझ्या पोटात धस्स झालं, व मी मनात म्हटलं, 'घात झाला!' ''

एवढं सांगून जाफरभाई जेव्हा थांबले तेव्हा शिरीननं विचारलं, ''कोण होतं ते?''

एक मोठा निःश्वास टाकून जाफरभाईंनी म्हटलं, ''थांबा! सांगतो ना! त्या प्रसंगाचं स्मरण झालं म्हणजे अजूनही धडकी भरते. त्या मोटारीतून हेच आपले चांडाळ सरदार उतरले!''

शिरीननं त्यांच्याकडे जेव्हा भयचकित मुद्रेनं बघितलं तेव्हा जाफरभाई पुढे म्हणाले. ''ते आत आले. आणि त्यांनी मला म्हटलं, वेष बदलला म्हणून माणसाला आपलं रूप थोडंच बदलता येतं?''

''मी त्यांच्या पूर्णपणानं कचाट्यात सापडलो, हे मी तेव्हाच ताडलं, आणि काहीतरी त्यांना विचारायला हवं होतं म्हणून म्हणालो, 'आपण इकडे कुठे?''.

''आम्ही ना? आमच्या व्यापारासाठी इथे आलो आहोत.''

''कसला व्यापार?'' असा प्रश्न जेव्हा शिरीननं केला तेव्हा जाफरभाई म्हणाले, ''या दुष्टाचा दुसरा व्यापार कोणता? मुली पळवून आणायच्या आणि भारी किंमत घेऊन त्या परमुलखात विकायच्या! शुद्ध कसाई आहे तो!''

''आणि या कसायाच्या तावडीत मी सापडले आहे. आता माझासुद्धा तो तसाच व्यापार करणार का?''

असं म्हणून जेव्हा शिरीन रडू लागली तेव्हा जाफरभाई म्हणाले, ''छे, छे! तुम्ही त्याची मुळीसुद्धा काळजी करू नका. मी तुमच्या सुटकेची केव्हाच तजवीज केली आहे. ते मी नंतर सांगेन. प्रथम त्या धर्मशाळेत घडलेली हकिगत सांगतो.''

एवढं बोलून जाफरभाई काही वेळ थांबले, आणि त्यांनी ती हकिगत सांगण्यास पुढे सुरुवात केली.

त्यांनी म्हटलं : ''माझी सारी परिस्थिती अर्थात सरदारांना माहीत होती. कारण ते आमच्या गावचेच!''

''म्हणजे? ते उस्मानाबादचे नाहीतच का?'' या शिरीनचा प्रश्नावर जाफरभाईनं उत्तर दिलं, ''अहो कसलं उस्मानाबाद? ज्या गावी ते त्यांचा हा हलकट धंदा करतील ते त्यांचं गाव!''

आणि सरदारांची पुढील हकिगत सांगताना ते म्हणाले, ''तेव्हा मी केलेल्या कृत्याची त्यांना कल्पना असणं शक्य होतं. त्यांनी माझ्याकडे रोखून म्हटलं, 'जाफरभाई, तुम्ही पळून गेल्याची हकिगत मला तेव्हाच कळली; परंतु तुम्ही इथे भेटाल हे मला स्वप्नातही वाटलं नव्हतं'...

"आणि जणू काय माझ्या कल्याणाचाच मार्ग आपण दाखवून देत आहोत अशा आविर्भावानं ते पुढे म्हणाले, 'आता असं छपवाछपवीचं आयुष्य कुठपर्यंत कंठणार? त्यापेक्षा माझं ऐका. मी दक्षिण हिंदुस्थानात माझा व्यापार सुरू करण्याच्या विचारात आहे. तेव्हा या ठिकाणची आतली सर्व व्यवस्था बघा. आत पोलिसांची भीती असण्याचं तुम्हाला काहीच कारण नाही'...

"मला हो म्हणणंच भाग होतं. नाहीतर त्याच क्षणी माझा घात करायला त्यानं मागेपुढे बघितलं नसतं. आणि तेव्हापासून मी या नरकवासात माझं आयुष्य कंठतो आहे!"

ही हकिगत मन लावून ऐकत असताना शिरीनच्या मनातील शंका खरी ठरली होती. परंतु ती शंका उघड रीतीनं बोलून दाखविण्याचा मोह तिनं मोठ्या कटाक्षानं टाळला होता. कारण तिला ती सारी हकिगत ऐकायची होती. ती काही बोलणार इतक्यात जाफरभाईच पुढं म्हणाले, "परंतु आता मात्र असं वाटू लागलं आहे की हे जीवन एकदा संपवावं. या नरकवासात भोगली इतकी शिक्षा पुरे झाली. माणसाच्या पवित्र देहाचा क्रयविक्रयाचा व्यापार बघणं बस्स झालं! बाहेर पडून मी पुन्हा पकडलो गेलो तरी आता माझी हरकत नाही. आणि हरकत असण्याचं कारणच काय? मला काय आता घराचे पाश आहेत? का कुटुंबाचे पाश आहेत? माझ्या नीच कृत्याबरोबरच माझ्या घराची वाताहत झाली असेल आणि माझी बायको व मुलगी जिवंत असली तरी माझी स्मृती त्यांना राहिली नसेल. आता मोकळ्या जगात वावरण्याची तीव्र इच्छा मला झालेली आहे; आणि तुम्हाला जेव्हा बघितलं तेव्हाच मी मनाशी ठरवलं की तुमची या गलिच्छ ठिकाणाहून सुटका करायची व आपणही बाहेर पडायचं! खरच सांगतो तुम्हाला मी हे! तुम्ही मला अगदी मुलीच्या ठिकाणी आहात!"

जाफरभाईच्या तोंडातून हे अखेरचे शब्द बाहेर पडताच शिरीनच्या डोळ्यांसमोर तिनं मोठ्या तत्परतेनं जतन करून ठेवलेल्या फोटोतील चेहरा स्पष्ट रीतीनं उभा राहिला. तिचं पितृप्रेम तिला यापुढे अंतःकरणात कोंडून ठेवता येणं अशक्य झालं. ती लगेच पुढे झाली आणि जाफरभाईंना घट्ट कवटाळून तिनं म्हटलं, "बाबा!"

"कोण? रशिद?" एवढेच शब्द बोलण्यास जाफरभाईंना फार मोठे प्रयास पडले. पुढे अश्रूंनी त्यांची दृष्टी अंधूक झाली आणि त्यांचा कंठ दाटून येऊन पुढे त्यांना बोलता येईना.

दहा

उस्मानाबादचे सरदार गावाला गेले असल्यामुळे आणि त्या अंधारकोठडीची सारी सूत्रं जाफरभाईच्या हातात असल्यामुळे त्या गलिच्छ ठिकाणातून बाहेर पडण्यास त्या पिता-पुत्रीला मुळीच प्रयास पडले नाहीत. पुण्याची तिकिटं काढून बोरीबंदर स्टेशनवर त्यांनी जेव्हा गाडीत पाऊल टाकलं आणि गाडी चालू झाली तेव्हा आपण जणू काय विमानात बसून उंच अंतराळात उडत आहोत, असा भास त्या दोघांनाही होत होता. विशेषतः जाफरभाईचं अंतःकरण आनंदानं तुडुंब भरलं असल्यामुळे त्यांच्या मनात विचाराला जागाच उरली नव्हती. आपण पुन्हा पोलिसांकडून पकडले जाऊ याची भीतीही त्यांच्या अंतःकरणात आता राहिली नव्हती. ज्या ज्या म्हणून दुःखदायक गोष्टी त्यांच्या आयुष्यात होणार होत्या, त्या यापूर्वीच घडून गेल्या होत्या. ज्या परमप्रिय मित्राच्या जिवाला जीव देण्याची वास्तविक त्यांची केव्हाही तयारी असे, त्या मित्राचाच उलट जीव घेण्याचा प्रसंग त्यांच्यावर येऊन गेलेला होता. ज्या वेळी आपल्या प्रिय पत्नीच्या सान्निध्यात ऐन तारुण्यातील सारी सुखं उपभोगायची, त्याच वेळी ती सोडून देऊन त्यांच्याकडे पाठ फिरविण्याची पाळी त्यांच्यावर आलेली होती. नंतर आपल्या उभ्या आयुष्यात पवित्र मानवी देहाचा क्रयविक्रय त्यांना मोठ्या निर्विकार मुद्रेनं बघावा लागला होता. आणि आतादेखील आपल्या प्रिय कन्येशी व त्यांची अशा अकल्पित रीतीनं गाठ पडल्याचा आनंद होतो तोच त्यांच्या पत्नीच्या निधनाची वार्ता त्यांना शिरीनच्या मुखातून ऐकावी लागली होती. आपल्या धाकट्या भावाच्या पापी नजरेला तिचा कसा बळी पडला व त्यातच तिचा कसा हृदयद्रावक रीतीने अंत झाला, ही हकिगत जेव्हा त्यांना शिरीन-रशीदकडून समजली, तेव्हा त्यांना आपला रागही आवरता आला नव्हता व दुःखही आवरता आलं नव्हतं. परंतु नंतर मात्र त्यांना वाटू लागलं की आपल्या आयुष्यात जे काय वाईट होऊन जायचं होतं ते आता होऊन गेलं आहे. आता याच्यापेक्षा जास्त वाईट काय होणार आहे? अनेक दुःखांशी एकसारखं झगडल्यानंतर माणसाच्या चर्येवर जी एक प्रकारची निर्विकारता येते, ती त्यांच्या चेहऱ्यावर दिसत होती. आणि गाडी चालू असताना त्याच निर्विकार मुद्रेनं त्यांनी समोर दिसणाऱ्या देखाव्याकडे

त्यांची नजर लागली होती.

ते दिवस सृष्टीच्या मोहक सौंदर्याचे होते. वर्षा ऋतूतील अखेरची वृष्टी झाल्यानंतर सृष्टीच्या स्वरूपाला जो एक प्रकारचा मोहक भारदस्तपणा येतो, तो त्या वेळी आला होता. नुसते दूरचेच डोंगर साजरे दिसत नव्हते, तर ज्या डोंगराळ विभागातून गाडी धावत होती, त्या नजीकच्या डोंगराचं सौंदर्यदेखील मोठं अप्रतिम दिसत होतं. गाडी जेव्हा ऐन घाटमाथ्यावर येऊन पोचली, तेव्हा खालील विस्तीर्ण प्रदेशात पसरलेल्या दऱ्याखोऱ्यातील गंभीर सौंदर्याला तर उपमाच सापडण्यासारखी नव्हती.

तो चित्ताकर्षक देखावा बघून जाफरभाईंच्या मनात आलं, 'या असल्या उदात्त सृष्टिसौंदर्याच्या सन्निध माणसाच्या मनात पापाचे विचार कधीतरी येणं शक्य आहे का? खरंच, हिमालयाच्या परिसरातून उगाच नाही असंख्य साधूसंतांची निपज होत! मनुष्याला पापापासून परावृत्त करण्याची फार मोठी शक्ती या सृष्टिसौंदर्यात खचित आहे. उलट माणसानं समाजाची प्रस्थापना करून स्वतःचाच घात करून घेतलेला आहे. एकमेकांजवळ येऊन माणसानं प्रेम, राग, लोभ, मोह, मद व मत्सर हे विकार उत्पन्न केले. महत्त्वाकांक्षा निर्माण करून दुसऱ्यावर वर्चस्व गाजविण्याची हौस भागवून घेतली. आणि स्वतःचं कल्याण साधून घेण्याच्या इराद्यानं एकत्र झालेल्या या मानव जातीनं स्वतःचं कल्याण तर साधलं नाहीच; उलट स्वतःला रानटी अवस्थेपेक्षाही खालच्या थराला नेऊन पोचवलं आहे. आपण तरी काय? जातीजातींतील वैमनस्यामुळेच शेजारच्या परमप्रिय मित्राचा खून करण्यास प्रवृत्त झालो ना?'

शेवटचा विचार मनात येताच त्यांनी आपले पुढील विचार थांबवले. कारण गतकालची ती दुःखद स्मृती उकरून काढून आपल्याला मिळालेल्या सौख्याचा विरस करण्याची आता त्यांची तयारी नव्हती... केलेल्या पापाचं भरपूर प्रायश्चित आपल्याला मिळालं आहे. तेव्हा त्या पापांची स्मृती काढून आपल्या आताच्या सुखाला हिणकसपणा आणण्यात काहीच अर्थ नाही; म्हणून त्यांनी ते विचार तेथेच थांबवले आणि जवळ बसलेल्या शिरीनशी बोलण्यास सुरुवात केली.

ते शिरीनला म्हणाले, "काल माझी सारी हकिगत तू मला विचारून घेतलीस; पण तू काही तुझी सारी हकिगत मला सांगितली नाहीस!"

शिरीनला त्या वेळी नेमकं तेच हवं होतं. आदले दिवशी आपल्या पित्याला अनेक गोष्टी जरी तिनं सांगितल्या होत्या, तरी समीरबद्दल तिच्या तोंडातून एकही शब्द बाहेर पडला नव्हता. आणि तिला तर त्याच्याबद्दलची सारी हकिगत जाफरभाईंना सांगायची होती. जाफरभाईंच्या बोलण्यानं तिला हवा होता तो कार्यभाग साधला. दीर्घकालानंतर भेटलेल्या आपल्या प्रेमळ पित्याला एखादी कन्या अशी नाजूक हकिगत ज्या तऱ्हेनं सांगते, त्या तऱ्हेनं तिनं सांगण्यास आरंभ केला.

त्यांचा प्रवास संपला तरी त्यांच्या गोष्टी संपल्या नव्हत्या.

पुण्याला आल्यानंतर समीरची गाठ घेण्यासाठी शिरीन जेव्हा त्याच्या ऑफिसात गेली, तेव्हा तो आपल्या कामात गर्क असलेला तिला दिसला. त्याच्या समोर असलेल्या एका सभ्य तरुणाला तो म्हणत होता, "वास्तविक हे कार्ड तुम्ही 'डिपॉझिट' करायला हवं होतं. तीन आठवडे परगावी गेलेल्या माणसाच्या कार्डावर धान्य घेणं ही गोष्ट बेकायदा आहे."

उभ्या असलेल्या तरुणानं अदबीनं म्हटलं, "तुम्ही म्हणता ती गोष्ट मला मान्य करायला काहीच हरकत नाही; पण माझा भाऊ प्रथम परगावी गेला तो एका आठवड्यात परतण्याच्या हेतूनंच गेला. तेव्हा कार्ड परत द्यायचं काहीच कारण नव्हतं. पुढे एका आठवड्यानं त्याचं लगेच निघतो म्हणून पत्र आलं; पण तो आला नाही. त्याचं धान्य मात्र मला घ्यावं लागलं; आणि तिसऱ्या आठवड्यात आता तो नक्की परत येणार म्हणून मी धान्य घेतलं. तेव्हा असं बेकायदा वागण्यात माझा काहीच हेतू नव्हता."

त्याचं बोलणं संपलं असं वाटून समीर त्याला म्हणाला, "तुमच्या हेतूबद्दल मी कधीच संशय घेतला नव्हता. परंतु......"

आणि याच वेळी त्याची नजर दाराशी उभ्या असलेल्या शिरीनकडे गेली. तो धावतच तिच्याजवळ गेला आणि एखादी अशक्य गोष्ट बघितल्यानंतर माणूस ज्या प्रमाणे भांबावून बोलतो त्याप्रमाणे त्यानं म्हटलं, "तू? इथं?"

त्याच्या त्या विचित्र नजरेला नजर देत शिरीन म्हणाली, "तुम्हाला आता माझ्याबरोबर येता आलं तर चला. मला तुमच्याशी खूप बोलायचं आहे."

तिच्याशी एकही शब्द न बोलता तो घाईघाईनं पुन्हा आपल्या टेबलाशी आला आणि त्याच्यासाठी उभ्या असलेल्या कारकुनाला तो म्हणाला, "यांची केस जरा भानगडीची आहे. तेव्हा तिच्याबद्दल उद्याच विचार करू!"

कोणती केस भानगडीची आहे ते त्या कारकुनानं शिरीनकडे बघून तेव्हाच ताडलं.

ऑफिसच्या बाहेर पडल्यानंतर समीरनं विचारलं, "आपण आता एखाद्या छानशा हॉटेलमधे जाऊन चहा घेऊ!"

"छे, छे! चहा नको नि काही नको! तुमच्याशी मला खूप खूप बोलायचं आहे आणि ते हॉटेलमध्ये शक्य होणार नाही."

"बरं, मग आपण पायीच लांब भटकत जाऊ! आणि चालताना बोलू!"

"लांब भटकण्याची मात्र माझ्या अंगात मुळीच ताकद राहिलेली नाही. प्रवासानं आणि इतर अनेक गोष्टींमुळे मी फार फार दमले आहे!"

इतक्यात समोरून जाणाऱ्या टांग्याला समीरनं हाक मारली आणि टांग्यात

बसल्यानंतर तो म्हणाला, "आम्हाला फर्गसन हिलच्या पायथ्याशी नेऊन सोड."

टेकडीच्या पायथ्याशी एका रुंद खडकावर बसल्यानंतर समीरनं तिला म्हटलं. "का? आम्हाला सोडून इतके दिवस कुठे दडी मारली होतीस? मला वाटलं होतं की पुन्हा आता तू मला कधीही दिसणार नाहीस."

"खरंच दिसले नसते; परंतु योगायोग तसा नव्हता, इतकंच!" असं म्हणताना जेव्हा शिरीनच्या डोळ्यांत अश्रू उभे राहिले, तेव्हा समीरनं तेव्हाच ताडलं की तिच्या अंतःकरणाला काहीतरी अप्रिय गोष्ट टोचत असली पाहिजे.

तो काही बोलणार इतक्यात त्याच्या नजरेला नजर देत तिनं म्हटलं, "समीर, खरंच माणसाचं आयुष्य हे योगायोगाच्या उभ्या आडव्या धाग्यांनी विणलं जातं; आणि माणूस सदा त्यात अडकलेला राहतो. योगायोगाचे ते धागे चांगले असले तर ठीकच; नाहीतर त्याच्या वाट्याला दुःखाशिवाय दुसरं काहीच येत नाही!"

असं म्हणून ती थांबली तेव्हा तो म्हणाला, "हे बघ, असलं हे तत्त्वज्ञान एकमेकांना सांगण्यासाठी आपण येथे आलो नाहीत. तुला माझ्याशी खूप बोलायचं होतं ते हेच का? तुझी सारी हकिगत सांगायची सोडून हे काय उगाच बडबडत सुटली आहेस!"

"तुम्हाला सारी हकिगत तर सांगणार आहेच! परंतु दुसऱ्याही एका गोष्टीचा निकाल लावण्यासाठी मी आज इथे आले आहे; आणि त्या निकालावर माझं सारं भवितव्य अवलंबून आहे."

या तिच्या बोलण्यावर तो काहीच बोलला नाही, तेव्हा तिनं त्याला साऱ्या गोष्टी सांगितल्या. विशेषतः आपल्या पित्याची सगळी हकिगत सांगितल्यानंतर ती म्हणाली, "कादरकाकांच्या द्रव्यलोभामुळे माझ्यावर जरी संकट आलं होतं तरी त्यातून मला माझ्या पित्याचा लाभ झालेला आहे. परंतु या आनंदाच्या क्षणी माझ्या मनात एक गोष्ट मात्र आल्यावाचून राहत नाही ती ही, की माझ्या पित्याच्या पापाचं प्रायश्चित मला मिळेल की काय, ही धास्ती मला एकसारखी वाटू लागली आहे. मी तुमच्याबद्दल त्यांना साऱ्या गोष्टी सांगितल्या तेव्हा त्यांना किती आनंद झाला म्हणून सांगू! परंतु त्या वेळी त्याचाही चेहरा एकदम गंभीर झाला आणि त्यांच्याही मनात माझ्याप्रमाणेच शंका येऊन गेली. त्यांच्या त्या गंभीर मुद्रेकडे मी जेव्हा बघितलं, तेव्हा ते मला म्हणाले, 'माणसाला त्याच्या पापाचं प्रायश्चित हे केव्हा ना केव्हा मिळतंच! त्याला नाही तर त्याच्या अपत्याला! परंतु प्रायश्चित्ताशिवाय पापाचं परिमार्जन या जगात कधीच होत नाही'...

"हे बोलताना ते एखाद्या लहान मुलाप्रमाणे जेव्हा रडू लागले तेव्हा मी म्हटलं, 'मी आता जाऊन समीरला घेऊन येते!' तेव्हा कुठं त्यांचं मन शांत झालं. याल तुम्ही समीर माझ्याबरोबर त्यांच्याकडे?"

"कुठे? कादरभाईच्या घरी?"

समीरच्या या प्रश्नावर आपली मान नकारार्थी हलवीत तिनं म्हटलं, "छे, छे! त्या तुरुंगात मी पुन्हा राहायला गेले असेन, असं तुम्हाला वाटलं तरी कसं? माझ्या वडिलांच्यावर अजून खुनाचं वॉरंट आहे, हे मी कसे विसरेन? म्हणून मी त्यांची सोय स्टेशनपलीकडच्या हॉटेलमध्ये केलेली आहे. परंतु त्याही ठिकाणी आता आम्हाला फार दिवस राहता येणार नाही. आम्ही आमचे पुढचे सारे बेत आखले आहेत. फक्त त्यापूर्वी एक प्रश्न मी तुम्हाला विचारायला इथे आले आहे."

तिचा तो प्रश्न न विचारताच समीरला कळलेला होता. त्या प्रश्नावर गेले कित्येक दिवस विचार करून त्या प्रश्नाचं उत्तरं त्यानं आपल्या मनाशी ठरवून ठेवलं होतं. शिरीन एकाएकी नाहीशी झाल्यामुळे त्या प्रश्नाचं उत्तर आपल्याला द्यावं लागेल, असं मात्र त्याला वाटलं नव्हतं. परंतु आता तो प्रसंग आला तरी त्याचं उत्तर बदलणार नव्हतं.

शिरीन मुसलमान आहे व आपण हिंदू आहोत ही गोष्ट आपल्या मीलनाच्या आड आल्याशिवाय कधीही राहणार नाही याबद्दल त्याला खात्री पटली होती. बुद्धीच्या निकषावर तो प्रश्न घासला असताना त्याला उत्तर सापडणं शक्य होतं, ही गोष्ट तो नाकबूल करीत नव्हता. प्रेमाच्या राज्यात त्या गोष्टीला मुळीच महत्त्व नाही, ही गोष्ट त्याला कळत का नव्हती! परंतु एकीकडे प्रेम या भावनेचं महत्त्व जाणूनदेखील दुसरीकडे त्याला कर्तव्याचे पाश ओढीत होते. शिरीनशी लग्न करून तो एकटा सुखी झाला असता याविषयी संशय घेण्याचं त्याला कारणच काय होतं? परंतु त्या गोष्टीमुळे आपल्या वृद्ध आंधळ्या मातेचा घात त्याला टाळता आला असता काय? तिनं त्याच्याबद्दलचं असं कोणतं कर्तव्य टाळलं होतं म्हणून त्यानं तिच्याबद्दलचं कर्तव्य टाळणं संयुक्तिक ठरलं असतं? सारांश, एकीकडून त्याला प्रेमाची भावना जरी ओढीत होती, तशी दुसरीकडून कर्तव्याचे पाश त्याच्याभोवती बळकट झाले होते. आपल्या वृद्ध अंध मातेचा घात टाळून जर त्याला शिरीनचं प्रेम जिंकता आलं असतं, तर तसं करण्यास एका क्षणाचाही विलंब त्यानं लावला नसता. परंतु नाना प्रकारच्या दुःखांनी भरलेल्या ता या जगात अशा प्रकारची किमया असणं शक्यच नाही याबद्दल त्याची खात्री पटली होती. आणि शिरीनच्या प्रेमाला तिलांजली देण्यास त्यानं आपलं मन तयार केलं होतं. त्यामुळे शिरीननं त्याला जेव्हा प्रत्यक्ष तो प्रश्न विचारला तेव्हा तो मुळीच डगमगला नाही. एक क्षणभरही तो भावनेच्या आहारी गेला नाही. तिच्या त्या प्रश्नावर तो म्हणाला, "शिरीन, मला माफ कर. मला तुझ्याशी लग्न करता येणं शक्य नाही!"

त्याचं हे उत्तर ऐकून शिरीनच्या डोळ्यांसमोर अंधारी आली आणि तिनं आपले डोळे घट्ट मिटून घेतले. काही वेळानं आपले डोळे उघडून समीरकडे बघत ती

म्हणाली, "समीर, तुम्हीच का हे बोलत आहात? मला दिलेलं वचन इतक्यात विसरलात? मला वाटतं, स्त्रियांना आशा दाखवून त्यांची निराशा करण्यात तुम्हा पुरुषांचा हातखंडाच असतो. केवढ्या आशेनं मी इथे आले होते! भावी आयुष्याची केवढी मनोराज्यं मी रचली होती! समीर, मी मागे एक गोष्ट सांगितलेली तुम्हाला आठवत असेल- 'मला नकार द्यायचा असेल तर तो पहिल्याप्रथम द्या' असं मी तुम्हाला पूर्वी सांगितलं होतं. त्या वेळी नकाराचं काहीच वाटलं नसतं. बीजाला कोंब फुटण्यापूर्वी जर ते जमिनीतून उखडून टाकलं, तर ते सोपं जातं. पण एकदा का त्या बीजाला कोंब फुटला, त्याचं रोपटं तयार झालं, आणि त्याची पाळंमुळं जमिनीत रुजली, म्हणजे ते रोपटं उपटणं ही गोष्ट सोपी राहत नाही. तसंच आम्हा स्त्रियांच्या प्रेमाचं असतं. ते रोपटं उपटताना त्या भोवतालची जमीन अशी उकरली जाते, तशीच आमच्या अंतःकरणाची स्थिती होते. आज का तुम्ही मला नकार देत आहात, मी परधर्माची म्हणून?"

या तिच्या प्रश्नावर समीरनं जेव्हा आपली मान होकारार्थी हलविली तेव्हा ती जणू काय आपल्या मनाशीच म्हणाली, 'अरेरे! माझ्या प्रेमाच्या आड धर्मभेद यावा ना! समाजात प्रत्येकाला स्वतःच्या वेगवेगळ्या परिस्थितीप्रमाणे निरनिराळ्या मार्गांनी उन्नती करण्यास अवकाश सापडावा या हेतूनं हे धर्मभेद निर्माण झाले; परंतु साऱ्या धर्माचं ध्येय एकच आहे. माणसातील क्षुद्र अहंकार समूळ नाहीसा करून माणसाला विश्वव्यापी करावयाचं, हेच वास्तविक सर्व धर्माचं ध्येय आहे. आणि हा अहंकार एकदा का नाहीसा झाला, म्हणजे देवळात जाणारे तुम्ही हिंदू नाहीत, मशिदीत नमाज पढणारे आम्ही मुसलमान नाही, क्रुसासमोर नमणारे ते ख्रिश्चन नाहीत; किंवा अग्नीची पूजा करणारे ते पारशीही नाहीत; सारी माणसं मानवी धर्माची! त्यांची जात एक; त्यांचे देव एक; त्यांचं ध्येय एक! उन्नतीचा मार्ग तोच आणि त्यांची सुखदुःखं व आशाआकांक्षाही त्याच! मग कुठे राहिला आहे फरक? आणि तुम्ही मला म्हणता की मी मुसलमान आहे म्हणून माझ्याशी लग्न करणं शक्य नाही!"

तिच्या या बोलण्यावर समीर म्हणाला, "माझ्या म्हणण्याचा अर्थच तुला कळला नाही. तुझा भिन्न धर्म आपल्या लग्नाच्या आड येत आहे ही गोष्ट खरी! पण ती माझ्या दृष्टीनं नाही, तर माझ्या आईच्या मतानं! आणि मला तिच्याविरुद्ध जाता येणं शक्य नाही!"

"आईला न दुखावता जर ही गोष्ट करता आली तर? तसा एखादा मार्ग मी सुचवला तर माझं म्हणणं कबूल कराल?"

त्याला तसा मार्ग विचार करूनही सापडला नव्हता. तेव्हा तिला तसा मार्ग सापडल्याचं बघून त्याला मनस्वी आनंद झालेला दिसला. आणि तो अधीरतेनंच म्हणाला, "वा! असा मार्ग जर तू मला सांगितलास तर मी मला भाग्यवान समजेन.

मात्र आईला यत्किंचितही दुःख देण्याची माझी तयारी नाही.''

"आईला दुःख देण्याचा प्रश्नच येणार नाही. परंतु मी सांगेन तो मार्ग जरा आडमार्ग आहे. पण जगात सारंच साधून माणसाला सुख मिळत नसतं. आपलं सुख आपल्याकडे ओढून घेण्यासाठी क्वचितप्रसंगी आडमार्गाचाही अवलंब करावा लागतो.''

आणि थोडा वेळ थांबून ती पुढे म्हणाली, "असाच आपल्या सुखाचा एक मार्ग मी तुम्हाला सांगणार आहे. सध्या आपल्या सुदैवानं आपल्या देशात क्रांतीचा लढा सुरू आहे. महात्मा गांधींनी 'चले जाव' चा ठराव करून उघड उघड सरकारविरुद्ध बंड पुकारलं आहे. त्या बंडात सैनिकांची खूप वाण आहे. तुम्ही व मी जोडीनं त्या बंडात सामील होऊ आणि भूमिगत राहून कार्य करू. जेव्हा आपण पुन्हा प्रगट होऊ तेव्हा आपला देश स्वतंत्र झालेला असेल. त्या वेळी तुमची आई आपल्या मीलनाला सहज संमती देईल. दीर्घ कालानंतर भेटलेल्या आपल्या प्रिय पुत्राच्या दर्शनानं तिला इतका आनंद वाटेल, की त्यात ती आपला धर्मभेद अगदी सहज विसरून जाईल. आणि आपल्यालाही मग हातात हात घालण्यास फार मोठा अभिमान वाटेल. कारण क्रांतीच्या युद्धात आपण खांद्याला खांदा लावून लढलेले असू.''

हे बोलताना तिची नजर पश्चिम क्षितिजाकडे लागलेली होती. त्या वेळी आपली सुवर्णप्रभा मागं ठेवून सूर्य क्षितिजाखाली गेला होता. तिने त्या देखाव्याकडे इतक्या स्थिर नजरेनं बघितले, की जणू काय आपल्या मधुर मीलनाचं स्वप्न बघताना सृष्टिदेवीची तितकीच मधुर स्वप्नं नाना प्रकारच्या रंगसंगतीच्या रूपांनी पश्चिम क्षितिजावर तरंगताना तिला दिसत होती.

तिच्या बोलण्यावर जेव्हा समीर काहीच बोलेना, तेव्हा त्या देखाव्यावरची आपली नजर काढून ती त्याच्याकडे लावीत व त्याचे दोन्ही खांदे गदागदा हलवीत तिनं म्हटलं, "का? असे बघता काय? माझी कल्पना पटली नाही तुम्हाला?''

समीर म्हणाला "अगं, काव्यमय कल्पना व्यवहारात पटण्याजोग्या का असतात? तू सांगितलेला मार्ग तू समजतेस इतका सोपा नाही. मी जर तुझ्याबरोबर भूमिगत झालो, तर माझ्या आईला कायमचंच भूमिगत व्हावं लागेल हे तू विसरतेस! आज माझ्या कुटुंबाचा सारा भार माझ्या एकट्यावर आहे. उद्या त्यांचं पालनपोषण कोण करणार?''

शिरीन चटकन म्हणाली, "हात्तीच्या! एवढंच ना? मी त्याची जबाबदारी घेते. मी जे सारं बोलले ते उगीच नाही! या साऱ्या अडचणी पूर्वीच माझ्या मनात होत्या. आणि त्याची व्यवस्थाही मी चोख रीतीनं लावणार आहे. मरते वेळी माझ्या आईनं तिचे दागिने माझ्याजवळ देऊन ठेवले आहेत. इतके दिवस जिवाच्या मोलानं त्या पवित्र वस्तूंचं मी जतन केलं. पण आता त्यांचा अशा वेळी उपयोग करण्यास मला

काहीच विषाद वाटणार नाही. पवित्र वस्तूंनीच पवित्र माणसाचं संरक्षण करायचं असतं. समीर, त्याची तुम्ही मुळीच काळजी करू नका!''

तिची मदत घेणं ही गोष्ट त्याला पटणारी नव्हती हे त्याच्या चर्येवरून स्पष्ट दिसत होतं. त्याच्या नजरेतला तो भाव ओळखून शिरीननं त्याचा हात आपल्या हातात घेऊन मोठ्या काकुळतीनं म्हटलं, ''समीर, अशा वेळी मला नाही म्हणू नका. त्यात तुमचा कमीपणा आहे असं समजता का तुम्ही? छे, छे! असं मनातसुद्धा आणू नका. उलट माझी ही मदत जर तुम्ही स्वीकारलीत तर माझ्यावर जन्मोजन्मीचे तुमचे उपकार होतील, तुम्हाला स्वतःला कल्पना नाही इतकं तुमच्या प्रेमाचं मोल मोठं आहे! ते मला फेडता तरी येणं शक्य आहे काय? तेव्हा काही एक मनात आणू नका; आणि मला हो म्हणा.''

त्यानं आपली मान जेव्हा होकारार्थी हालविली तेव्हा साऱ्या विश्वाचं सौख्य आपल्या हाती आल्याचा भास तिला झाला; आणि ती म्हणाली, ''मग उद्याच आपल्याला आपला बेत पार पाडला पाहिजे. आता माझ्याबरोबर चला. मी तुमच्या आईची सारी व्यवस्था करते. बरं, उद्या कुठे भेटायचं?''

समीरनं म्हटलं, ''तुलाच माझ्या घरी यावं लागेल. आपल्याला प्रथम मुंबईला जावं लागेल ना? सकाळच्या मेलनं आपण जाऊ. तू उद्या पहाटे साडेपाच वाजता माझ्याकडे ये. मी तुला माझ्याकडे यायला सांगतो आहे याला काही अर्थ आहे. तुला माझी आई बघायला मिळेल. अज्ञात प्रवासाला आपल्याला निघायचं आहे. तिचं पुण्यदर्शन आपण जोडीनं घेऊ आणि मगच प्रवासला निघू. आपलं काम खचित फत्ते होईल. तेव्हा तू पहाटे साडेपाच वाजता माझ्याकडे ये.''

शिरनिला त्याचा तो बेत तात्काळ पसंत पडून तिनं म्हटलं, ''मग हे ठरलं तर!''

समीर आपल्या जागेवरून उठत म्हणाला, ''हो, ठरलं!''

त्या दोन प्रेमी जिवाचा तो बेत ठरला खरा! परंतु त्याच वेळी दैवाचं चक्र मात्र निराळ्याच दिशेनं फिरायला लागलं होतं.

अकरा

आपण गजराच्या आवाजानं जागे झालो की आईच्या भूपाळीच्या आवाजानं जागे झालो हे प्रथम समीरला कळलं नाही. परंतु तो जेव्हा जागा झाला तेव्हा त्याची आई तिच्या नित्याच्या सवयीप्रमाणे भूपाळी म्हणत होती. तो आवाज समीरच्या चांगलाच परिचयाचा झाला होता. तो आवाज कानी पडताच सकाळचे सहा वाजलेले असायचे ही गोष्ट त्याला नवीन नव्हती. त्यामुळे आज तिचा तो आवाज कानी पडताच समीर दचकून जागा झाला तेव्हा त्यानं मनाशी म्हटलं, "अरे बापरे! सहा वाजले? मग काही धडगत नाही." शिरीन त्याच्याकडे बरोबर साडेपाच वाजता येणार होती, हे तो विसरला नव्हता. ती जर ठरल्याप्रमाणे आली असेल तर काय घोटाळा होईल याची त्याला पुरेपूर कल्पना होती. म्हणून आदल्या दिवशी रात्री निजताना रात्री त्यानं बरोबर पाचचा गजर लावला होता. असं असताना आपल्याला गजरानं जाग कशी आली नाही, याचं प्रथम त्याला आश्चर्य वाटलं आणि नंतर स्वतःचा त्याला मनस्वी राग आला.

आजच नेमका आपल्या झोपेनं आपल्याला दगा द्यावा याचा अर्थ काय?

त्या रागातच तो उठला, आणि दिव्याचं बटन लावून त्यानं घड्याळात बघितलं तो काय आश्चर्य? घड्याळात पाच वाजायला अजून पाच मिनिटांचा अवधी होता.

म्हणजे अजून गजब झाला नव्हता तर! मग आपली आईच आज नेहमीपेक्षा लवकर उठून भूपाळी म्हणत असली पाहिजे! गजर झाला नव्हता या आनंदात आपल्या आईच्या लवकर उठण्याचं त्याला आश्चर्य वाटलं नाही. परंतु नंतर काही वेळानं त्या आश्चर्यापेक्षाही तिच्या उठण्यामुळे आपला जाण्याचा बेत कितपत तडीस जाईल याची चिंता त्याला वाटू लागली. परंतु तशी चिंता करण्यातही मग त्यानं आपला फार वेळ घालवला नाही. तो उठला आणि खाली गेला.

त्याची चाहूल लागताच आईनं विचारलं, "कोण? समीर?"

"हो! मीच!"

"इतक्या लवकर उठलास आज?"

"तुझ्या भूपाळीचा आवाज ऐकून नेहमीप्रमाणे वाटलं की सहा वाजले असतील

म्हणून उठलो. परंतु उठून बघतो तो पाचच वाजलेले दिसले.''

आईनं हसून म्हटलं, ''खरं आहे तुझं! परंतु खरं सांगू; मला रात्रभर झोप आली नाही म्हटलं तरी चालेल. साऱ्या रात्रभर डोळ्याला डोळा लागला नाही; आणि शेवटी कंटाळा आला तेव्हा वाटलं की सहा वाजले असतील आणि मग भूपाळी म्हणण्यात सुरुवात केली, इतकंच!''

समीरनं विचारलं, ''झोप न यायला काय झालं?''

समीरच्या या प्रश्नावर आईनं म्हटलं, ''समीर, तू जर लहान असतास तर कान धरून सांगितलं असतं की झोप न यायला काय झालं ते! परंतु तू मोठा झाला आहेस म्हणून ते आता शक्य नाही!''

''शक्य नसायला काय झालं? मी मोठा झालो असलो तरी तुला माझा कान धरायचा अधिकार आहे. धर कान आणि सांग काय चुकलो ते!''

''खरंच, समीर, तू कान धरायची पाळी आणली आहेस! तू असं करशील असं मला स्वप्नातही कधी वाटलं नव्हतं.''

''पण मी असं काय केलं आहे ते स्पष्टच सांग की!''

''ये माझ्याजवळ; असा बस. सारं सारं सांगते. आतापर्यंत तुझ्यापासून एक रहस्य गुप्त ठेवलं. परंतु तेही तुला आता सांगितलं पाहिजे.''

समीर आपल्या आईजवळ जाऊन बसला तेव्हा रस्त्यावरच्या उजेडात शिरीन आपल्या घराकडे येताना त्याला दिसली. ती खिडकीशी येताच त्यानं तिला थांबण्याची खूण केली त्या वेळी आई त्याला म्हणत होती, ''समीर, एक अगदी नवीन अशी हकिगत मी तुला सांगणार आहे. परंतु मी ज्या गोष्टी तुला विचारीन त्यांची खरी उत्तरं देण्याचं वचन तू मला दिलं पाहिजेस.''

''मी आतापर्यंत कोणत्या गोष्टी तुझ्याशी खोट्या बोललो आहे म्हणून माझं वचन आज तू मागते आहेस?''

''एरवी मागितलं नसतं. परंतु एक मोठी गोष्ट तू माझ्यापासून लपवून ठेवली आहेस...म्हणून...''

आईचं बोलणं पुरं होण्यापूर्वीच समीरनं अधीरतेनं विचारलं, ''कोणती गोष्ट?''

''तू एका मुसलमान मुलीबरोबर लग्न करणार आहेस ही गोष्ट तू माझ्यापासून लपवून ठेवली नाहीस का?''

खिडकीशी उभ्या असलेल्या शिरीनकडे बघत समीर म्हणाला, ''कुणी सांगितलं तुला हे?''

''कुणीही असेल! परंतु गोष्ट खरी आहे ना? शपथ घेऊन सांग समीर!''
समीरनं आपली मान खाली घातली आणि म्हटलं, ''होय! खरी आहे!''

''आणि ती गोष्ट माझ्यापासून तू लपवून ठेवलीस हेही खरं आहे ना?''

"आई, तुला वाईट वाटेल, तुला दुःख होईल म्हणून तुझ्याशी बोलण्याचं धैर्य मला आतापर्यंत झालं नाही."

"मला ही गोष्ट ऐकून वाईट का वाटू नये? मला दुःख का होऊ नये? तूच सांग समीर!"

हे बोलताना आईला आपला आवेग आवरता आला नाही. परंतु या वेळी समीरच्या अंतःकरणात बरंच धैर्य गोळा झालं होतं. जी गोष्ट आपल्या आईला दुःख होईल म्हणून तो इतके दिवस तिच्याजवळ बोलला नव्हता ती तिला यापूर्वीच कळली होती, या गोष्टीचं त्याला काही अंशी समाधान होऊन आपली बाजू निर्भयपणानं मांडण्यास त्यानं आरंभ केला.

तो म्हणाला, "तसं बघितलं तर त्यात तुला वाईट वाटण्याचं काहीच कारण नाही. मुसलमान मुलगी झाली तरी ती माणूसच आहे ना? मग तिच्याशी लग्न करायला कोणती हरकत आहे?"

यावर आईनं म्हटलं, "एरवी मी हरकत घेतली नसती. परंतु माझ्या आयुष्यात घडलेली एक गोष्ट तुला सांगते. म्हणजे तुला कळेल की त्या जातीबद्दल मला एवढा तिरस्कार का वाटतो ते!"

असं म्हणून ती काही वेळ थांबली आणि नंतर म्हणाली, "त्या वेळी तू लहान होतास. तुझं सारं लहानपण रावळपिंडीजवळच्या एका खेड्यात गेलं. त्या ठिकाणी तुझ्या वडिलांनी जसजशी आपली शेती वाढवली तसतसा आपला नावलौकिकही वाढवला. त्या वेळी खरोखरच आपण सारे सुखात होतो. परंतु......"

या वेळी गतकालच्या सुखद स्मृतींनी आईला हुंदका येऊन तिला पुढे बोलता येईना. काही वेळ गेल्यानंतर तिनं पुढे म्हटलं, "परंतु देवाला आपलं हे सुख बघवलं नाही. आपल्या शेजारी त्या वेळी एक मुसलमान कुटुंब राहत होतं. तो मुसलमान आणि तुझे वडील अगदी सख्ख्या भावाप्रमाणे वागत आले होते. ते दोघे जण मागच्या जन्मी खरोखरच एका आईच्या पोटी जन्माला आले असले पाहिजेत, असं गाव त्यांच्याकडे बघून म्हणत असे. त्याला एक सुंदर मुलगी होती. ती तुला करून घ्या असं तिचे वडील जेव्हा आम्हाला म्हणत तेव्हा आम्ही हिंदू व तो मुसलमान हा भेदच आमच्या मनात येत नसे. परंतु त्यांच्या प्रेमाला दृष्ट लागली. कशावरून तरी त्या खेडेगावात हिंदू-मुसलमानांची भांडणं सुरू झाली; आणि पुढे ती विकोपास जाऊन त्यातच त्या मुसलमान शेजाऱ्यानं - अगदी जवळच्या मित्रानं तुझ्या वडिलांचा एका रात्री खून केला. तो खून करते वेळी माझ्या डोळ्यांत काहीतरी विषारी पदार्थ ओतून मलासुद्धा जाफरभाईनं आंधळी करून टाकलं. आणि..."

समीरनं जवळजवळ ओरडूनच विचारलं, "कोण? जाफरभाई?"

"होय? जाफरभाई! का रं? दचकलास का? माहीत होतं तुला हे?"

“छे छे?”

तो वर वर असं म्हणाला खरा; परंतु शिरीनच्या वडिलांनीच आपल्या पित्याचा खून केला आहे हे त्यानं तेव्हाच ताडलं. खिडकीशी उभ्या असलेल्या शिरीनच्याही लक्षात ही गोष्ट येण्यास वेळ लागला नाही.

आईनं पुढे म्हटलं, “समीर, तेव्हापासून आपल्या साडेसातीला सुरुवात झाली. मी तुला जिवाच्या मोलानं जपून इकडे आणलं. माझ्या भावानं– सरोजच्या वडिलानं– आपल्याला आश्रय दिला. त्यामुळे तुझं शिक्षण तरी झालं. मला आता केवढी आशा होती की माझ्या इच्छेप्रमाणे तू सरोजशी लग्न करशील; आणि आपण सारे सुखी होऊ. परंतु ती आशा आता संपली. कारण तू आता मुसलमान मुलीशी लग्न करणार आहेस!”

काही वेळ आईला काहीच बोलता आलं नाही; आणि नंतर मग तिनं बोलायला जी सुरुवात केली ते बराच वेळपर्यंत तिचं बोलणं चालू होतं. ती म्हणाली, “समीर, तुझ्या या कृत्यानं स्वर्गात तुझ्या वडिलांना मोठी धन्यता वाटत असेल नाही? अरे, तुझ्याकरिता आम्ही दोघांना किती खस्ता खाल्ल्या याची तुला कल्पना तरी आहे का? तुझ्यावर त्यांचं केवढं प्रेम होतं! माझा समीर फार मोठा होणार आहे अशी केवढी मोठी आशा त्यांनी तुझ्याबद्दल बाळगली होती. ते आज हयात असते तर ही गोष्ट त्यांना खरी वाटली असती का? आणि माझासुद्धा तुझ्यावर केवढा विश्वास होता. समीर, तू माझा विश्वासघात करणार? पित्याचं ऋण अशा तऱ्हेनं फेडणार? सुखासाठी स्वार्थी होणार? तसं जर तू केलंस तर माझा सर्वस्वी घात होईल. मला कायमचे डोळे मिटावे लागतील. सरोज निराधार होईल. तिचंसुद्धा तुझ्यावर केवढं प्रेम आहे या गोष्टीची तुला कल्पना तरी आहे का? तुझी ती गोष्ट कळल्यापासून तिनं अन्नदेखील नीट खायचं सोडून दिलं आहे. घरात एक शब्दसुद्धा बोलत नाही. तू जर तसं केलंस तर ती आपल्या जिवाचं बरं-वाईट करून घेतल्याशिवाय खास राहणार नाही. समीर, एवढ्या मोठ्या पापाचा धनी होऊन तू सुखी होणार आहेस का सांग! अरे, माणसाला त्याच्या पापाचं प्रायश्चित मिळाल्याशिवाय कधीही राहत नाही, ही गोष्ट तू लक्षात ठेव. मला तुम्हा तरुणांच्या भावना कळत का नाहीत? परंतु प्रत्येक माणसाला काहीतरी कर्तव्य म्हणून असतं. आणि ते जर तो पार पाडू शकला नाही, तर तो माणूस कसला? तुझ्या त्या मुलीलाही माझ्यासमोर घेऊन ये. म्हणजे मी तिला विचारते की अशा कर्तव्यभ्रष्ट मुलाशी तू लग्न करणार आहेस का? आणि त्याच्या आईचा मृत्यू तू बघणार आहेस का? समीर, अरे तू जरी नाही, तरी ती माझ्या भावना खास जाणू शकेल; कारण ती स्त्री आहे. ती आपल्या जातीचा घात करणार नाही. आण तिला तू माझ्याकडे!”

आपल्या आईचं हे बोलणं चालू असताना समीर खिडकीशी उभ्या असलेल्या

शिरीनकडे बघत एकसारखी नकारार्थी मान हालवीत होता. त्याच्या डोळ्यांतूनही एकसारखे अश्रू बाहेर पडत होते. त्यामुळे त्याची दृष्टी अंधूक झाली होती. आपले अश्रू पुसून त्यानं जेव्हा खिडकीकडे बघितलं, तेव्हा शिरीननं आईकडे बघत आपले दोन्ही हात जोडलेले त्याला दिसले. नंतर त्याच हातांनी तिनं आपल्या डोळ्यांत जमा झालेले अश्रू पुसले. एकदा समीरकडे नजर टाकली आणि दुसऱ्याच क्षणी पाठमोरी होऊन झपाझप पावलं टाकीत ती चालू लागली. समीर धावत दारापर्यंत गेला आणि "शिरीन! शिरीन!!" अशा खूप मोठ्यांदा त्यानं तिला हाका मारल्या. परंतु एकदाही तिनं मागं वळून बघितलं नाही. 'आपल्याला या पापाचं धनी होणं शक्य नाही' अशाच आविर्भावानं जणू काय ती निघाली होती.

ती जेव्हा रस्त्याला लागली तेव्हा बालरवीचं आरक्त बिंब पूर्व क्षितिजावर नुकतंच दिसायला लागलं होतं. शिरीनच्या या पुण्यकृत्याचं पावित्र्य त्या आरक्त बिंबावर प्रतिबिंबित झाल्याचा स्पष्ट भास होत होता.

◆